பணக்குட்டி

பிரதீப் செல்லத்துரை

We Can Books

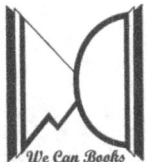

வி கேன் புக்ஸ் வெளியீட்டு எண்: 28

பணக்குட்டி
பிரதீப் செல்லத்துரை ©

முதற்பதிப்பு: டிசம்பர் 2023

புத்தக வடிவமைப்பு: சந்தோஷ் கொளஞ்சி

OFFICE:
3A, Dr. Ram Street, Nelvayal Nagar,
Perambur, Chennai - 600 011
Cell: 9003267399

SHOW ROOM
Flat No: 3 (Ground Floor)
Meenakshi SUndaram Flats
Old Door no: 11, New Door no: 33
Sivaji Street, T. Nagar, Chennai - 600 017
Cell: 9940448599
E-Mail: wecanshopping@gmail.com
Website: www.wecanshopping.com

ISBN: 978-81-962080-0-4

பக்கங்கள்: 150
விலை ரூ. 180

பணக்குட்டி

பிரதீப் செல்லத்துரை

We Can Books

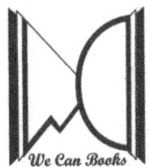

வி கேன் புக்ஸ் வெளியீட்டு எண்: 28

பணக்குட்டி
பிரதீப் செல்லத்துரை ©

முதற்பதிப்பு: டிசம்பர் 2023

புத்தக வடிவமைப்பு: சந்தோஷ் கொளஞ்சி

OFFICE:
3A, Dr.Ram Street, Nelvayal Nagar,
Perambur, Chennai - 600 011
Cell: 9003267399

SHOW ROOM
Flat No: 3 (Ground Floor)
Meenakshi SUndaram Flats
Old Door no: 11, New Door no: 33
Sivaji Street, T.Nagar, Chennai - 600 017
Cell: 9940448599
E-Mail: wecanshopping@gmail.com
Website: www.wecanshopping.com

ISBN: 978-81-962080-0-4

பக்கங்கள்: 150
விலை ரூ. 180

மகளாகிவிட்ட
தாத்திமாவிற்கு

யோசித்துப் பாருங்கள்

காலையில் அலாரம் அடிக்காமலே எழுந்து,

நிதானமாக அன்றைய நாளைத் திட்டமிட்டு,

நினைத்த நேரத்தில், நினைத்த இடத்தில், விரும்பும் வேலையைச் செய்து,

அதையும் நினைத்த நேரத்தில் அப்படியே நிறுத்திவிட்டு,

நண்பர்களைக் காண, குடும்பத்தாருடன் வெளியே செல்ல என்று கிளம்பி,

திங்களுக்கும் ஞாயிறுக்கும் பெரிய வித்தியாசமில்லாமல்...

இப்படி ஒரு வாழ்க்கையை வாழ யாருக்குத்தான் ஆசை இருக்காது?

'இதற்குப் பெயர் ரிட்டையர்மண்ட். 60 வயதிற்கு மேல் வேண்டுமானால் இப்படி இருக்கலாம்' - என்பது தான் உங்கள் எண்ணமாக இருக்கும், சரியா?

சரி, 40 வயதில் இப்படி ஒரு வாழ்க்கையை வாழ முடியுமா? - பெரும் பணம் கைவசம் இருந்தால் வாழலாம், அல்லவா? மீண்டும் ஒருமுறை முதல் பத்தியை வாசித்துப் பாருங்கள். அதில் உள்ளது போல் வாழ வெறும் பணம் மட்டும் போதாது. பணத்தால் நிம்மதியான வாழ்க்கையை ரிட்டையரான பின்பும் கூட வாங்கித் தர முடியாது!

ஆக, தேவை பணமல்ல - சுதந்திரம். எல்லைகள் அற்ற, கட்டுப்பாடுகள் இல்லாத, நிம்மதியான வாழ்க்கையை வாழ பொருளாதார / நிதி சுதந்திரத்தை (Financial Independence) அடைய வேண்டும். சரியான திட்டமிடல் இல்லையென்றால், வருடத்திற்கு 1 கோடி ரூபாய் சம்பளம் வாங்குபவனுக்குக் கூட கைக்கூடாது இந்தச் சுதந்திரம். காரணம், ஒரு கோடி சம்பாதிக்க காலநேரம் பார்க்காமல் அவன் தினம் எழுந்து ஓட வேண்டும். ஓடிக்கொண்டே இருக்க வேண்டும். திடீரென்று ஒரு நாள் அவனால் ஓட முடியாமல் போனால்? அந்த 1 கோடி சம்பளம் தரும் வேலையை அவன் இழந்துவிட்டால்? ஓட்டம் நின்றால், பணமும் நின்றுவிடும்.

பணத்திற்காக நாம் வேலை செய்கிறோம். ஒரு கட்டத்திற்கு மேல் நாம் சம்பாதித்துச் சேர்த்த அந்தப் பணம், நமக்காக வேலை செய்ய வேண்டும். ஓடி ஓடி சம்பாதித்துக் கொடுக்க வேண்டும்.

இது முற்றிலும் சாத்தியமே.

சம்பாதிக்கத் தொடங்கியதிலிருந்தே கொஞ்சம் கூடுதல் உழைப்பு, கட்டுப்பாடான வாழ்க்கை முறை, முறையான திட்டமிடல் – இம்மூன்றும் இருந்தால் நம் வருங்காலம் நிம்மதியானதாக இருக்கும். இளமையைக் கட்டுப்பாடுகளுடன் கடந்து, முதுமையில் பெரும் செல்வம் சேர்த்து என்ன பயன்? என்று நீங்கள் யோசிக்கலாம். ஆனால் இப்போது நம் வசம் உள்ள காலமும், உடல் பலமும், மன உறுதியும் முதுமையில் இருக்காது. செல்வமும் இல்லையென்றால் வாழ்க்கை நரகமாய் இருக்கும். அதுவே நம் பணம் நமக்காக உழைத்துக் கொண்டிருந்தால் இந்தக் காலம், பலம், மனம் இவை எதுவுமே நம்மைப் பலவீனப்படுத்தாது.

Personal Finance Management – தமிழில், தனிமனித நிதி மேலாண்மை – பள்ளிகளில் கற்றுத்தர வேண்டிய எத்தனையோ விஷயங்களில் முதன்மையானது. பள்ளிகள் காலம்காலமாக அடுத்தவருக்காக வேலை செய்ய நம்மைத் தயார்படுத்துகின்றனவே தவிர, நமக்காக அல்ல.

மிடில் கிளாஸ் பொருளாதாரச் சூழலில் சிக்கிச் சுழன்று கொண்டிருக்கும் பெரும்பாலான பெற்றோர் தம் பிள்ளைகளை அடுத்தவருக்கு வேலை செய்வதையே விரும்புகிறார்கள். மாதச் சம்பளமே அவர்களைப் பொறுத்தவரை நிம்மதியான ஒரு வாழ்க்கையைத் தரும். 'நான் பத்தாயிரம் வாங்குனேன். என் பிள்ளை ஒரு லட்சம் வாங்க வேண்டும்' என்ற குறுகிய வட்டத்திலேயே அவர்களது லட்சியம் சுருங்கிக் கொள்கிறது.

வியாபாரத்தில் தோற்ற ஒரு தகப்பன் தன் பிள்ளையை வியாபாரத்தில் தள்ள மாட்டான். காரணம் பயம். நான் தோற்றுவிட்டேன் என் பிள்ளை ஜெயிப்பான் என்று அவர்கள் சிந்திப்பதில்லை. 'ஒன்னாம் தேதியானால் சம்பளம். சிக்கல் இல்லாத, சொகுசான வாழ்க்கை. எதுக்கு ஒரு தொழில செஞ்சு நஷ்டப்பட்டு...' இதுவே அவர்களது நிலைப்பாடாக இருக்கும். ஆனால் எல்லாப் பெற்றோரும் அப்படி இல்லை. சிறுவயதிலிருந்தே முதலாளிகளாக/முதலாளியாக வளர்க்கப்பட்டவர்களும் இருக்கிறார்கள். ஒரு தகப்பன் தன் பிள்ளைக்கு நல்லதே நடக்க வேண்டும் என்று நினைப்பதில் தவறொன்றும் இல்லைதான். ஆனால், தனி மனித நிதிச் சுதந்திரத்தை அடைய ஒருவன் அடுத்தவருக்காக மட்டுமல்ல, ஆரம்பத்திலிருந்தே தனக்காகவும் வேலை செய்ய வேண்டும். மாதச் சம்பளத்தை மட்டும் நம்பியிருந்தால் இதெல்லாம் நடக்காது.

வேறு என்ன செய்ய வேண்டும்?

இந்தக் கேள்விக்கான பதிலைக் கொஞ்சம் விளக்கமாகச் சொல்லும் முயற்சியே இந்தப் புத்தகம்.

நான் பொருளாதார மேதை இல்லை. ஸ்கூல், காலேஜில் எக்கனாமிக்ஸ் எனது பாடமாக இருக்கவில்லை. பிறகென்ன தகுதி எனக்கிருக்கிறது? வேறென்ன! உங்களைப் போலவே இந்தப் பணம் தினம் என்னையும் பாடாய்ப் படுத்திக்கொண்டிருக்கிறதே, அது போதாதா?

காலம் காலமாகப் பணக்காரர்கள் மேலும் பணக்காரர்களாகவும், ஏழைகள் இன்னும் ஏழைகளாகவும், மிடில் கிளாஸ் தொடர்ந்து அல்லல்பட்டுக் கொண்டிருப்பதற்கும் காரணம் இந்தப் பணம் பற்றிய புரிதல் இல்லாமல் இருப்பதால்தான். 'ஒருவன் ஏழையாகப் பிறப்பது அவன் தவறில்லை, ஆனால் ஏழையாக இறந்தால் நிச்சயம் அது அவன் தவறுதான்' – சினிமா வசனம்தான். ஆனாலும் சிந்திக்க வேண்டிய ஒன்றுதான் அல்லவா?

பணம் பற்றிய சில விஷயங்களைக் கொஞ்சம் முன்பே தெரிந்து கொண்டிருந்தால், இன்றைய எனது நிலை இன்னும் கொஞ்சம் சீராக இருந்திருக்குமோ என்று தோன்றியதன் விளைவே இந்த முயற்சி. இவை எதுவுமே என் சொந்த சிந்தனை கிடையாது. நானாக எதையும் புதிதாய்க் கண்டுபிடிக்கவும் இல்லை, உங்கள் மீது எதையும் திணிக்கவும் போவதில்லை. புத்தகங்கள், கட்டுரைகள், காணொளிகளில் மூலம் பணம் பற்றி - குறிப்பாக பெர்சனல் பைனான்ஸ் பற்றி நான் தெரிந்துகொண்ட விஷயங்களை உங்களோடு பகிர்கிறேன் ஓரிரு பக்க கட்டுரைகள் வாயிலாக. அவ்வளவுதான். சேர்ந்தே நம் பொருளாதாரத் தரத்தைக் கொஞ்சம் கொஞ்சமாக உயர்த்துவோம்.

சரி, அதென்ன 'பணக்குட்டி'?

'பன்னிக்குட்டி மாதிரி இருக்கு, மாத்துங்க' என்றார் நண்பர் ஒருவர். அவருக்குத் தெரியாது, பன்னிக்குட்டி தான் இந்தத் தலைப்பிற்கு இன்ஸ்பிரேஷனே! கண்டதையும் தின்று, பெருத்து, பல குட்டிகளைப் போட்டு, குட்டிகள் பெருகி அவை மேலும் பல குட்டிகளைப் போட்டு தினம் கணக்கில்லாமல் வளரும் அந்தப் பன்றிக்குட்டிகளைப் போல நம் பணமும் வளர வேண்டும். பல குட்டி(வட்டி)களைப் போட்டுப் பெருக வேண்டும். நமக்காக உழைக்க வேண்டும். நம் பணம் வளர வேண்டும். உலகளவில் சேமிப்பின் அடையாளமாகப் பன்றிக்குட்டி உண்டியல் இருப்பதும் ஒரு காரணம்.

பணம், பொருளாதாரம், நிதி மேலாண்மை, முதலீடு என்பதெல்லாம் மிகப்பெரிய சங்கதிகளாகத் தெரியலாம். உண்மைதான். ஆனால் இவை எதுவுமே புரிந்துகொள்ள முடியாத அளவிற்குச் சிக்கலான விஷயங்கள் அல்ல. ஒரே புத்தகத்தில் அறிமுகம் செய்து வைக்கும் அளவிற்குச் சுலபமானதும் அல்ல. சம்பாதிக்கும் எவரும் தெரிந்துகொள்ள

வேண்டிய பணம் தொடர்பான 100 கட்டுரைகள் இந்தப் புத்தகத்தில் இடம்பெற்றுள்ளது. பக்கத்திற்கு ஒரு தலைப்பு. ஒரே அமர்விலோ, நேர்கோட்டிலோ படிக்க வேண்டும் என்ற அவசியம் இல்லை. தினம் ஒரு பக்கத்தைப் புரட்டி ஒரு புதிய விஷயத்தைத் தெரிந்து கொள்ளலாம். முன்பே சொன்னது போல, இவை எதுவும் என் சொந்த கருத்துக்கள் கிடையாது. நான் முதலீட்டு ஆலோசகனும் கிடையாது. தெரிந்துகொண்டதைப் பகிர்ந்திருக்கிறேன்.

Blog உலகை எனக்கு அறிமுகப்படுத்திய ஜாக்கி சேகர், கருந்தேள் ராஜேஷ், ஹாலிவுட் பாலா, கேபிள் ஷங்கர், உலக சினிமா பாஸ்கரன் ஆகியோருக்கும், நிதி மேலாண்மையைத் தங்களது புத்தகங்கள் மூலம் அறிமுகப்படுத்திய Robert Kiyosaki, திரு. சோம. வள்ளியப்பன், திரு. வ. நாகப்பன், நாணயம் விகடன் திரு. சி. சரவணன் ஆகியோருக்கும், எனது நலம்விரும்பிகள், நண்பர்கள், சொந்தங்கள், பெற்றோர், மனைவி நாகலா தேவி, தம்பி பிரசாந்த் — ப்ரியங்கா, மகள்கள் மகிழினி-இனியாழ் ஆகியோருக்கும், எனது முதலீட்டுப் பயணத்தில் பேருதவியாக இருந்துவரும் எனது முதலீட்டு ஆலோசகர் FinFortune Consulting திரு. நரேன் கார்த்திக் அவர்கள், Focus Investments என்ற Facebook குழு மூலம் தனது OK Strategy முதலீட்டு முறையை அறிமுகப்படுத்திய திரு. வெங்கட் அவர்கள், Price Action Strategy குழு திரு. சங்கர் ஜி அவர்கள், Tamiz Trader திரு. சுதர்சன் அவர்கள், எனது எழுத்தைத் தொடர்ந்து பதிப்பித்து வரும் நண்பர் WeCanBooks திரு. குகன் அவர்களுக்கும் புத்தக வடிவமைப்பு செய்த நண்பர் சந்தோஷ் கொளஞ்சி அவர்களுக்கும்... மதிப்பிற்குரிய என் தமிழ் ஆசிரியை திருமதி. மாரியம்மாள் அவர்களுக்கும் தமிழுக்கும் என் வசப்படக் காத்துக் கிடக்கும் பெரும் செல்வத்திற்கும் இப்புத்தகம் வாயிலாக எனது நன்றியினைத் தெரிவித்துக் கொள்கிறேன்.

அன்புடன்,
பிரதீப் பாண்டியன் செல்லத்துரை
9952128045

உள்ளே...

1. ஜாலியாய் சேமிக்கலாம் வாங்க 13

2. பட்ஜெட் 14

3. அவசரகால நிதி 16

காப்பீடு

4. ஆயுள் காப்பீடு 17

5. மருத்துவக் காப்பீடு 18

6. வீட்டுக் கடன் காப்பீடு 19

7. காப்பீட்டில் தெரிந்து கொள்ள வேண்டியவை 20

8. காப்பீடு வேறு, முதலீடு வேறு 22

தனிநபர் நிதி மேலாண்மை

9. பணவீக்கம் (Inflation), பணவாட்டம் (Deflation) 23

10. சேமிப்பு வேறு, முதலீடு வேறு 24

11. சேமிப்பு தானாய் நடக்க வேண்டும் 25

12. முதலீட்டில் இலக்குகள் 26

13. முதலீட்டில் புத்திசாலித்தனம் 27

14. கூட்டுவிளைவு - THE COMPOUND EFFECT 28

15. பணத்தின் கால மதிப்பு 29

16. நேரத்தின் பண மதிப்பு 30

17. ரிஸ்க் அளவைத் தெரிந்துகொள்ளுங்கள் 31

18. மூலதன பாதுகாப்பு அவசியம் 32

19. மணவாழ்வு சிறக்கப் பேசுங்கள், பணம் பற்றி! 33

20. நிதிச் சுதந்திரம் எனும் F.I.R.E 34

21. வெவ்வேறு வழிகளில் வருமானம் 35

22. பேஸிவ் வருமானம் 36

23. பணப்புழக்கம் பற்றிப் பணக்காரத் தந்தை சொல்வது என்ன? 38

24. நாம் இல்லாத போது உதவுவது 'நாமினி' 40

25. உறுதிமொழி – நான் அபராதம் கட்ட மாட்டேன் 41

26. நம்மில் சிலரால் பணக்காரனாகவே முடியாது 42

27. தவிர்க்க வேண்டிய பணத்தவறுகள் 43

பொருளாதாரம்

28. சொத்து – கடன் = நிகர சொத்து மதிப்பு ... 44
29. முதலீட்டில் ஒதுக்கீடு விகிதம் (Asset Allocation) ... 45
30. பணக்காரன் Vs செல்வந்தன் ... 46
31. சிக்கன வாழ்வு (Frugal Living) ... 47
32. பணம் பற்றிய எதிர்மறை எண்ணங்கள் ... 48
33. சுத்தம் பணம் தரும் ... 50
34. பள்ளிகள் கற்றுத் தர வேண்டியதும், தராததும் ... 51
35. ஏழைக்குச் செலவு அதிகம் ... 52
36. எதுவும் இங்கு இலவசம் இல்லை ... 54
37. மூழ்க்கும் செலவுகள் (Sunk Cost Fallacy) ... 56
38. டிகோய் விளைவு (Decoy Effect) ... 57
39. புரிடானின் கழுதை கோட்பாடு (Buridan's Donkey Theory) ... 58
40. இருக்கு, ஆனா இல்ல (Availability Bias) ... 59
41. இழப்பின்மீது ஏன் இத்தனை வெறுப்பு? (Loss Aversion) ... 60
42. காக்கைக்குத் தன் குஞ்சு பொன்குஞ்சு (The Endowment Effect) ... 61
43. பொருளாதாரத்தை இப்படியும் தெரிந்துகொள்ளலாம் ... 62
44. பெண்ணியத்திற்கு வரி (Pink Tax) ... 64

கடன்

45. நல்ல கடன் Vs கெட்ட கடன் ... 65
46. க்ரெடிட் ஸ்கோர் ... 66
47. கடன் தகுதிக்கான 4 C-கள் ... 67
48. ரெப்போ ரேட் ... 68
49. கிரெடிட் கார்டுகள் ... 70
50. ஆன்லைன் கடன் ஆப்புகள் ... 71
51. இன்று வாங்கு, நாளை கொடு (Buy Now, Pay Later) ... 72
52. கடன்களை அடைக்க இரு வழிகள் ... 73
53. வீட்டுக்கடன் – Pre Payment ... 74
54. வீட்டுக்கடன் – Step Up EMI ... 75
55. வீட்டுக்கடன் – Take Over, Overdraft & Restructure ... 76

56.	மாற்று அடமானக் கடன் (Reverse Mortgage Loan)	78
57.	கடன் கொடுத்தார் நெஞ்சம் போல !	80

முதலீடு

58.	தங்கப்பத்திரம் (Sovereign Gold Bonds)	81
59.	செல்வமகள் சேமிப்பு திட்டம் (Sukanya Samriddhi Yojana)	82
60.	செல்ல மகன் சேமிப்பு திட்டம் (Public Provident Fund)	83
61.	தேசிய பென்ஷன் திட்டம் (NPS – National Pension Scheme)	84
62.	சீட்டுக் கட்டுதல்	86
63.	தங்கம்	88
64.	நிலம்	90
65.	அஞ்சலக சேமிப்புத் திட்டங்கள்	92
66.	சொந்த வீடு	93
67.	வீடு வாங்கும்முன் கவனிக்க வேண்டியவை	94
68.	மாற்று முதலீடுகள்	96
69.	நிதி ஆலோசகர்களின் தேவை	98

பங்குச்சந்தை

70.	பங்குச்சந்தை, ஓர் எளிய அறிமுகம்	100
71.	சென்செக்ஸ், நிஃப்டி குறியீடுகள்	102
72.	காளைகளும், கரடிகளும்	104
73.	வர்த்தகர்களும், முதலீட்டாளர்களும்	105
74.	காஃபி கேன் முதலீடு	107
75.	பங்குச்சந்தையில் அதிகம் பயன்படுத்தப்படும் வார்த்தைகள்	109
76.	மியூசுவல் ஃபண்ட், ஓர் எளிய அறிமுகம்	112
77.	மியூசுவல் ஃபண்ட் வகைகள்	114
78.	மொத்த முதலீடு (Lumpsum) & தவணை முதலீடு (SIP)	116
79.	டிவிடெண்ட் Vs குரோத்	117
80.	டைரெக்ட் Vs. ரெகுலர்	118
81.	இன்டெக்ஸ் ஃபண்ட் & ஈ.டி.எஃப்	119
82.	SWP & STP	120
83.	மியூசுவல் ஃபண்ட் நன்மைகள்	122

84.	மியூசுவல் ஃபண்டில் இருந்து எப்போது வெளியேறலாம்?	124
85.	லாபக்கணக்கீட்டு முறை – CAGR & XIRR	126
86.	முதலீடு எப்போது டபுள், டிரிபிள் ஆகும்?	128
87.	முதலீட்டில் செய்யக்கூடாத தவறுகள்	129

வரி

88.	இந்திய வருமான வரிச்சட்டம், ஓர் எடுத்துக்காட்டு	130
89.	வருமான வரிச்சலுகைகள்	131
90.	வீட்டுக்கடனுக்கு கிடைக்கும் வரிச்சலுகைகள்	134
91.	இந்து கூட்டுக் குடும்ப வரியமைப்பு முறை (HUF)	136

டிப்ஸ்

92.	செலவில்லா மாதம் – ஒரு சவால்	138
93.	மின் கட்டணம் - குறைக்க சில வழிகள்	139
94.	எரிபொருள் – சிக்கனத்திற்குச் சில வழிகள்	140
95.	சூப்பர் மார்க்கெட் ஷாப்பிங் – சில டிப்ஸ்	141
96.	ஆன்லைன் ஷாப்பிங் ஆப்கள்	142
97.	ஆன்லைன் ஷாப்பிங் – சில டிப்ஸ்	143
98.	சலுகைகளும், தள்ளுபடிகளும்	144
99.	ப்ரீபெய்டுக்கு மாறுங்கள்	145
100.	ஷாப்பிங்கிற்கு சில விதிமுறைகள்	146
•	பணக்குட்டி உருவாக்கத்தில் உதவிய புத்தகங்கள், தளங்கள்	147

1. ஜாலியாய் சேமிக்கலாம் வாங்க

வருடம் முழுக்க விளையாட்டாய்ப் பணம் சேர்க்க ஒரு சூப்பர் ஐடியா!

365 நாட்களும் தினம் ஒரு சிறு தொகையைச் சேமிக்க வேண்டும். புத்தாண்டு அன்று தொடங்குவதாக இருந்தால் ஜனவரி 01 ஆம் தேதி 1ரூ., ஜனவரி 02ல் 2ரூ மறுநாள் 3ரூ, 4ரூ... பிப்ரவரி 01-ல் 32ரூ... ஏப்ரல் 15-ல் 105ரூ... டிசம்பர் 31 ஆம் தேதி 365ரூ - இப்படி வருடம் முழுவதும் குறிப்பிட்ட தொகையை ஒரு பர்சிலோ, உண்டியலிலோ, தனியாக ஒரு சேவிங்ஸ் அக்கவுண்டிலோ போட்டு சேமித்துக் கொண்டே வர வேண்டும்.

புத்தாண்டு அன்றுதான் தொடங்க வேண்டும், 1ரூ, 2ரூ, 3ரூ என்று தின வரிசைப்படிதான் சேமிக்க வேண்டும் என்ற அவசியம் இல்லை. அட்டவணையை ஒரு A4 தாளில் பிரிண்ட் எடுத்துக்கொள்ளுங்கள். உங்கள் வசதிக்கேற்ப தினம் கையில் எவ்வளவு பணம் இருக்கிறதோ அதை எடுத்து வைத்துவிட்டு, அட்டவணையில் அந்தக் குறிப்பிட்ட நம்பரை அடித்துவிடுங்கள். நமது குறிக்கோள் தினம் பணம் சேர்க்க வேண்டும். அது 1 ரூபாயிலிருந்து அதிகபட்சம் 365 ரூபாயாக இருக்க வேண்டும். அவ்வளவுதான்.

இப்படி வருடம் முழுக்கச் சேர்த்தால் வருடக் கடைசியில் நம்மிடம் மொத்தமாக எவ்வளவு தொகை சேந்திருக்கும் தெரியுமா?

66,795 ரூபாய்!

குழந்தைகளுக்குச் சிறுவயதிலிருந்தே சேமிப்புப் பழக்கத்தைக் கற்றுத் தர இது அருமையான வழி. புத்தாண்டு பரிசாக ஒரு பெரிய உண்டியலை வாங்கிக் கொடுத்து 'தினம் ஒரு தொகையை இதில் போட்டுவிட்டு அட்டவணையில் அந்த எண்ணை அடிக்க வேண்டும்' என்று சொல்லிப் பாருங்கள். குழந்தைகள் ஆர்வமாகக் களமிறங்குவார்கள். போட்டிப் போட்டுக் கொண்டு பணம் சேர்ப்பார்கள். தொடர்ந்து ஒரே விஷயத்தைச் செய்தால் நாளைடையில் அதுவே பழக்கமாகிவிடும். சேமிப்பு நல்ல பழக்கம். வருடக் கடைசியில் மொத்தப் பணத்தையும் வெளியே எடுத்துப் பார்க்கும்போது பெரிதாய்ச் சாதித்துவிட்ட திருப்தி இருக்கும். மீண்டும் அடுத்த வருடமும் சேமிக்கத் தோன்றும். பணக்குட்டி வளரும்.

2. பட்ஜெட்

பெரும்பாலான வீடுகளில் மாதம் ஒன்றாம் தேதியானால் கைக்கு வரும் பணம், ஐந்தாம் தேதிக்குள் காணாமல் போவது தொடர்கதை. வரவு எட்டணா, செலவு பத்தணா, அதிகம் ரெண்டணா கடனாகவும் தொடர்வதற்கு ஒரே காரணம்தான் - கணக்கில்லாமல் நாம் செய்யும் செலவுகள்.

நாம் சம்பாதிக்கும் பணம் நம் கட்டுப்பாட்டில் இருக்க வேண்டும். நம் பணம் எங்குச் செல்கிறது? என்ன செய்கிறது? என்பது நமக்குத் தெரிய வேண்டும். இந்தக் கேள்விகளுக்கான பதில் தெரிய பட்ஜெட் அவசியம்.

நாட்டிற்குத்தானே பட்ஜெட்டெல்லாம் தேவை, வீட்டுக்கு எதற்கு? அதுபோக பட்ஜெட் போட்டுச் செலவு செய்யும் அளவிற்கு என் நிலைமை மோசமில்லை என்று நீங்கள் நினைத்தால், அது தவறு. சரியான திட்டமிடல் இல்லையென்றால் பணம் வருவதும் தெரியாது, போவதும் தெரியாது. தேவையான நேரத்தில் ஒன்றும் இருக்காது. நாடு, வீடு, தொழில் எதுவாக இருந்தாலும் செலவுகளைக் கட்டுக்குள் கொண்டுவர பட்ஜெட் அவசியம்.

பட்ஜெட் போடுவதற்கு முன் நம் தேவைகளை (செலவுகளை) Needs, Wants, Goals என்று மூன்று வகைகளாகப் பிரித்து வைத்துக் கொள்ள வேண்டும்.

Needs - அத்தியாவசிய தேவைகள் - வீட்டுவாடகை, கரெண்ட் பில், வாங்கிய கடன்களுக்கான E.M.I, மளிகைப் பொருட்கள், இன்டர்நெட், போன் பில், பெட்ரோல், இன்சூரன்ஸ் ப்ரீமியம் உள்ளிட்டவை.

Wants - விருப்பத் தேவைகள் - கேளிக்கை செலவுகள். சினிமா, சுற்றுலா, ஹோட்டலில் சாப்பிடுவது, பார்ட்டி, நெட்பிளிக்ஸ் மற்றும் இதர மாத / வருட சந்தாக்கள், ஆடைகள், ஷாப்பிங் உள்ளிட்டவை.

Goals – சேமிப்பிற்கான செலவுகள். புது வீடு / கார் வாங்க, பிள்ளைகளது மேல்படிப்பு / திருமணத்திற்காக, நமது ஓய்வுகாலத்திற்காக என்று வருங்காலத் தேவைகளுக்காகச் செய்யும் முதலீட்டு செலவுகள்.

இந்த மூன்றையும் நாம் ஒவ்வொரு மாதமும் எப்படிப் பிரித்து செலவு செய்கிறோம் என்பதில் இருக்கிறது பட்ஜெடிற்கான சூட்சுமம்.

முதற்படி - வரவு, செலவுகளைத் தினம் எழுதி வைக்க வேண்டும்.

தேவையில்லாத செலவுகளைக் கண்டுபிடித்து அடுத்தடுத்த மாதங்களில் அவற்றைப் படிப்படியாகக் குறைக்க வேண்டும். நம் தேவைக்கேற்ப எப்படி வேண்டுமானாலும் பட்ஜெட் போடலாம்.

50 / 30 / 20

கையில் வாங்கும் சம்பளத்தில் 50% அத்தியாவசிய தேவைகளுக்காக, 30% விருப்பச் செலவுகளுக்காக, மீதமுள்ள 20% சேமிப்பிற்கு என்று சம்பளம் வந்தவுடனேயே ஒதுக்கிவைத்துவிட வேண்டும். இப்படிச் செய்வதால் எதற்கு அதிகம் செலவு செய்கிறோம் என்பது சில மாதங்களிலேயே தெரிந்துவிடும். வீண் செலவுகளைக் குறைத்து நாளடைவில் கேளிக்கைக்காக ஒதுக்கும் பகுதியை 20% ஆகவும், சேமிப்பை 30% என்று மாற்றிக் கொண்டால், பணக்குட்டி தானாய் வளர்ந்து பெருகும்.

Zero Based Budgeting

அமெரிக்காவின் பிரபல நிதி ஆலோசகர் Dave Ramsey சொல்லும் முறை இது. சம்பளம் பத்தாயிரமோ ஒரு லட்சமோ, ஒவ்வொரு ரூபாய்க்கும் ஒரு வேலையை முன்னரே முடிவு செய்துவிட வேண்டும். வாடகை இவ்வளவு, மளிகைக்கு இவ்வளவு, பெட்ரோலுக்கு இவ்வளவு, புத்தகங்கள், சினிமா, வெளியே சாப்பிட இவ்வளவு, சேமிப்பிற்கு இவ்வளவு என்று ஒரு பைசா பாக்கியில்லாமல் ஒதுக்கிவிடவேண்டும். ஏதாவது திடீர் செலவு என்றால் சேமிப்பில் கை வைக்கக்கூடாது. கேளிக்கைச் செலவிற்கு ஒதுக்கியிருப்பதில் இருந்து எடுத்துக்கொள்ள வேண்டும். ஒவ்வொரு ரூபாய்க்கும் ஒரு வேலையைக் கொடுத்துவிட்டதால் உதிரிகள் இருக்காது. வெட்டிச் செலவு செய்யப் பணமும் இருக்காது!

சின்னதாய் ஒரு நோட்டு பேனாவும் சில நிமிடங்களும் போதும், பண விஷயத்தில் பெரும் மாற்றத்தைக் கொண்டு வர. பட்ஜெட் போடுவதற்கென்றே இலவசமாக எக்கச்சக்க மொபைல் ஆப்கள் கிடைக்கிறது செலவுகளை + / - என்று அதில் அருமையாகப் பிரித்துப் பதிந்து வைத்துக் கொண்டு, தேவையான போது எடுத்துப் பார்த்துக் கொள்ளலாம். பட்ஜெட்டின் நோக்கம் - எங்கே போனது என் பணம் என்ற நிலையை மாற்றி, என் பணம் இங்குதான் செல்ல வேண்டும் என்று நிலையை அடைவதே.

3. அவசரகால நிதி

மருத்துவச் செலவு வந்தால் இன்சூரன்ஸ் காப்பாற்றும். மற்ற செலவுகளுக்கு? வேலையிழப்பு, தொழில் நஷ்டம், திடீர் மருத்துவச் செலவு, இயற்கை பேரிடரால் பொருட்சேதம் என்று ஏதாவது ஒரு பெருஞ்செலவை நம் வாழ்க்கையின் ஏதாவதொரு சந்தர்ப்பத்தில் சந்திக்க நேரிடும். அப்படியான சூழல்களில் கைகொடுப்பவையே, EMERGENCY FUNDS – அவசரகால நிதி.

சேமிப்பு, முதலீடு தாண்டி அவசரகாலங்களுக்கு என்று கொஞ்சம் பணத்தை ஒதுக்கி வைக்க வேண்டும். கொஞ்சம் என்றால் குறைந்தபட்சம் நம் மாத வருமானத்தில் 6 மடங்காவது இருக்க வேண்டும். நிலையான வருமானம் இல்லாதவர்கள் 12 மாதப் பணத்தை ஒதுக்கி வைக்க வேண்டும்.

உதாரணத்திற்குக் கொரோனா காலத்தில் பலருக்கு நடந்ததைப் போல திடீரென்று வேலை போய்விடுகிறது. நிலைமை சீர் ஆகி, அடுத்த வேலை கிடைத்து, சம்பளம் வர குறைந்தபட்சம் 3 முதல் 6 மாதங்கள் ஆகும். இந்த நாட்களில் அத்தியாவசியத் தேவைகள் தடைப்படாமல் இருக்க ஒன்று கடன் வாங்க வேண்டியிருக்கும் அல்லது முதலீடுகளைப் பாதியிலேயே உடைக்க வேண்டியிருக்கும். அவசரகாலநிதி என்று தனியாகப் பணத்தை முன்னரே ஒதுக்கி வைத்திருந்தால், இந்த இரண்டையும் செய்ய வேண்டியிருக்காது.

தங்கம், நிலம் – இரண்டடையும் அவசரத்திற்குக் காசாக்க முடியாது. அடகு வைக்கலாம். வைத்துவிட்டு வட்டி கட்ட முடியாமல் போனால் சிக்கல் மேலும் அதிகம் ஆகும். பங்குச்சந்தை எப்போது ஏறும் எப்போது இறங்கும் என்று யாராலும் சொல்ல முடியாது. ஆக அதுவும் சரிப்படாது.

அவசரகால நிதி என்பதே அவசரத்திற்குக் கை கொடுக்கத்தான். கொஞ்ச பணத்தை ரொக்கமாகவும், மிச்சத்தைச் சுலபமாக காசாக்கும் வகையில் வங்கிச் சேமிப்புக் கணக்கு (Savings Account), வைப்புநிதி (FD), மியூசுவல் ஃபண்ட்களில் ஓரிரு நாட்களில் பணமாக்கிக் கொள்ளக்கூடிய லிக்விட் ஃபண்டுகள் (Liquid Funds) போன்றவற்றில் போட்டு வைக்கலாம்.

அவசரகால நிதி என்பது வேறு, புது வீடு / கார் / பைக் / செல்போன் வாங்க நாம் தனிப்பட்ட முறையில் சேர்க்கும் பணம் வேறு. புதுப்பொருள் எமர்ஜன்சி கணக்கில் வராது!

4. ஆயுள் காப்பீடு

உயிரின் விலை என்ன? - இந்தக் கேள்விக்கான சரியான பதிலை எவராலும் சொல்லிவிட முடியாது. கொரோனா பாதிப்பு அதிதீவிரமாக இருந்த 2020-2021 காலகட்டம் கற்றுக் கொடுத்த மிக முக்கியமான பாடம் - காப்பீட்டின் தேவை.

ஆயுள் காப்பீடு என்பது நாம் இல்லாத போது நம்மைச் சார்ந்தவருக்காக நாம் விட்டுச் செல்லும் ஒரு சிறு தொகை. நம் இழப்பால் மனரீதியாக உடைந்து போயிருப்பவர்கள் பண ரீதியாக மேலும் நொறுங்கிவிடாமல் இருக்க ஆயுள் காப்பீடு அவசியம்.

ஆயுள் காப்பீட்டில் பல வகைகள் இருந்தாலும் Term Insurance மிகக்குறைந்த ப்ரீமியத்தில் மிக அதிக காப்பீட்டை வழங்குகிறது. உதாரணத்திற்கு ஆண்டு வருமானம் ரூ. 5 லட்சமாக இருப்பவருக்கு 15,000 ரூ. ப்ரீமியத்தில், வருமானத்தில் 20 மடங்கு - ரூ. 1 கோடி வரை இன்சூரன்ஸ் கிடைக்கும்.

18 வயதில் இருந்து 65 வயது வரையுள்ள எவரும் டேர்ம் இன்சூரன்ஸ் எடுத்துக் கொள்ளலாம். மருத்துவப் பரிசோதனை இருக்கும். எந்த வயதில், எத்தனை வயதுவரை, எவ்வளவு தொகைக்கு பாலிசி எடுக்கிறோம் என்பதைப் பொறுத்து ப்ரீமியம் தொகை மாறுபடும். இடையில் நிறுத்தவில்லை என்றால் பாலிசி முடியும் வரை ஒரே ப்ரீமியம் தொகைதான். சிகரட், மதுப்பழக்கம், உயிருக்கு ஆபத்தான வேலை / பொழுதுபோக்கு, வம்சாவளியாகத் தொடரும் அதிதீவிர நோய் போன்றவை இருந்தால் ப்ரீமியம் தொகை கொஞ்சம் அதிகமாக இருக்கும். டேர்ம் பாலிசியுடன் விபத்தினால் மரணம் (Accidental Benefit), நிரந்தர ஊனம் (Disability Rider) போன்றவற்றிற்கும் சேர்த்து காப்பீடு எடுத்துக் கொள்ளலாம்.

க்ளைம் தொகையை மொத்தமாக மட்டுமல்லாமல் இப்போது தேவை பொறுத்து மாதத் தவணையாக வாங்கிக் கொள்ளும் வசதியையும் சில நிறுவனங்கள் வழங்குகிறது. வங்கிகளில் ஸ்டேட் பாங்க் (SBI) வெறும் 1000 ரூ. வருட ப்ரீமியமிற்கு 20 லட்சம் ரூபாயை விபத்துக் காப்பீடாக வழங்குகிறது.

டேர்ம் இன்சூரன்ஸ் என்பது வண்டிக்கு எடுக்கும் வாகனக் காப்பீடு போன்றது. ஏதாவது சிக்கல் என்றால் தக்கச் சமயத்தில் கைகொடுத்துக் காப்பாற்றும். எதுவும் நடக்கவில்லை என்றால் பணம் திரும்பக் கிடைக்காது.

5. மருத்துவக் காப்பீடு

உயிருக்கு TERM INSURANCE மருத்துவச் செலவுகளுக்கு HEALTH INSURANCE.

நம் நாட்டில் 63% மக்கள் மருத்துவச் செலவுகளைத் தங்களது கைக்காசைப் போட்டுச் செய்கிறார்கள் என்கிறது ஒரு புள்ளி விபரம். மத்திய அரசின் காப்பீட்டுத் திட்டங்கள், மாநில அரசின் முதலமைச்சர் காப்பீட்டுத் திட்டம், கார்ப்பரேட் நிறுவனங்கள் தங்களது பணியாளர்களுக்கு வழங்கும் காப்பீட்டுத் திட்டம் என்று பல வழிகளில் மருத்துவக் காப்பீடு பெற வாய்ப்பிருந்தும் அதைப் பயன்படுத்தாமல் விடுவதால், சிக்கலான சூழல்களில் நம் வருங்காலத்திற்கென்று சேர்த்து வைத்திருக்கும் சேமிப்புக் காசையோ, வட்டிக்குப் பணம் வாங்கியோ செலவு செய்ய வேண்டிய சூழல் ஏற்படுகிறது.

மருத்துவக் காப்பீட்டில் பல வகை உண்டு. திருமணம் ஆகாதவர் தனிநபர் பாலிசி எடுத்துக் கொள்ளலாம். ப்ரீமியம் குறைவு. 5 பேர் வரை உள்ள குடும்பத்திற்கு (மூத்தவர் வயது 60-குள் இருக்க வேண்டும்) தனித்தனியாக எடுக்காமல் ஒரே ப்ளோட்டர் (Floater) பாலிசியாக எடுத்துக்கொண்டால் ப்ரீயம் வெகுவாகக் குறையும். குறைந்தபட்ச கவரேஜ் 5 லட்சமாவது இருக்க வேண்டும். 60 வயதிற்கு மேற்பட்ட மூத்த குடிமக்களுக்கென்று பிரத்யேக பாலிசிகள் உள்ளன. மருத்துவப் பரிசோதனை கட்டாயம்.

Top-Up - ஏற்கனவே இருக்கும் பாலிசி ப்ரீமியம் தொகையையில் கூடுதல் தொகை கட்டுவதன் மூலம் அதிக கவரேஜ் பெற்றுக் கொள்ளலாம்.

Rider – பொதுவாக பாலிசிகளில் கவர் ஆகாத பெருநோய்களுக்கான மருத்துச் செலவு, பிரசவச் செலவு, மருத்துவமனை அறை வாடகை, விபத்தினால் ஏற்படும் மரணம், நிரந்த ஊனம், கொரோனா சிகிச்சை போன்றவற்றைக் கொஞ்சம் கூடுதல் ப்ரீமியம் கட்டி காப்பீட்டில் இணைத்துக் கொள்ளலாம். அரசு மற்றும் தனியார் ஊழியர்களுக்கு வேலை செய்யும் இடத்தில் வழங்கப்படும் காப்பீடு, வேலையில் இருக்கும் வரை தான் செல்லுபடியாகும். இடையில் வேலை மாறினாலோ, வேலையை இழந்தாலோ காப்பீடு தடைபடும். இதுபோன்ற குரூப் பாலிசிகளில் கவரெஜ் தொகையும் குறைவாகவே இருக்கும். அதை மட்டுமே நம்பி இருக்காமல், தேவைக்கேற்ப தனியாக பாலிசி எடுத்துக்கொள்ள வேண்டியது அவசியம்.

6. வீட்டுக் கடன் காப்பீடு

பெரும் பணத்தை வங்கியில் வீட்டுக்கடனாக வாங்கியிருக்கும் குடும்பத் தலைவர் திடீரென்று ஒரு நாள் இல்லாமல் போனால், ஒற்றை ஆள் சம்பாத்தியத்தை நம்பி இருந்த அந்தக் குடும்பம் கூடுதலாகக் கடன் சுமையால் வீட்டையும் இழக்க நேரிடும்.

டேர்ம் இன்சூரன்ஸ் மூலம் ஒரு பெரும் தொகையைக் காப்பீடாக வாங்கி வீட்டுக்கடன் பாக்கியை அடைத்துவிடலாம். ஆனால் கடன் அதிகமாக இருக்கும் பட்சத்தில் கடன் கட்டியது போக இறந்தவரது குடும்பத்தாருக்கு ஒன்றுமே மிஞ்சாது. இப்படி ஒரு சூழலைத் தவிர்ப்பதற்கான வழிதான் வீட்டுக்கடன் காப்பீடு - HOME LOAN IN—SURANCE (MORTGAGE INSURANCE)

புதுவீடு வாங்க கடன் வாங்கியவர்கள் அல்லது கடன் வாங்கி வீடு கட்டிக் கொண்டிருப்பவர்கள் இந்த இன்சூரன்ஸையும் கையோடு எடுத்துக் கொள்ளவது நல்லது. கடனைக் கட்டிக் கொண்டிருப்பவர் இறக்க நேரிட்டால் பாக்கிப் பணத்தை இன்சூரன்ஸ் கம்பெனி வங்கிக்குக் கொடுத்துவிடும். இறப்பு மட்டுமல்லாமல் கூடுதலாக (add-ons) விபத்து, வேலையிழப்பு (3 – 6 மாதம்), தீவிர நோய், நிரந்தர உடல் ஊனம் போன்ற காரணங்களால் கடன் பாக்கியைக் கட்ட முடியாமல் போனாலும் இன்சூரன்ஸ் காப்பாற்றும்.

கடன் வாங்கும் நிறுவனம் / வங்கியிடமே இந்த இன்சூரன்ஸையும் எடுத்துக் கொண்டால், ஒரே தவணையாக கடன் தொகையுடன் ப்ரீமியைமையும் சேர்த்துக் கொள்ளலாம். மாதாந்திர தவணையில் சேர்ந்து கொள்ளும். உதாரணத்திற்கு 50 லட்ச ரூபாய் வீட்டுக்கடனுக்கு இன்சூரன்ஸ் ப்ரீமியம் 2 லட்ச ரூபாய் என்றால், 52 லட்ச ரூபாய்க்கு தவணை கட்ட வேண்டும். அல்லது வருடாவருடமும் கட்டிக் கொள்ளலாம். கடன் தொகை குறையைக் குறைய ப்ரீமியமும் குறையும். Home Loan Insurance ப்ரீமியம் தொகைக்கு 80C பிரிவில் வரிவிலக்கு உண்டு.

வீடு, வீட்டில் உள்ள சொத்துக்களைத் திருட்டு, இயற்கை சீற்றம், கலவரம், தீ விபத்து உள்ளிட்ட அசம்பாவிதங்களில் இருந்து பாதுகாக்கும் Home / Property Insurance, தொழில் நிறுவனங்களது கையிறுப்பு சரக்கு, இயந்திரங்கள், மூலப்பொருட்கள் பாதுகாப்பிற்காக வழங்கப்படும் Industrial Insurance (Industrial All Risks Insurance Policy) வேறு, பிரத்யேகமாக வீட்டுக் கடனுக்கென்று கடன் வாங்கும், வாங்கிய நபருக்கு வழங்கப்படும் இந்த Home Loan Insurance வேறு.

7. காப்பீட்டில் தெரிந்து கொள்ள வேண்டியவை

பொதுவாக இன்சூரன்ஸ் விஷயத்தில் கவனிக்க வேண்டியவை.

- Beneficial Nominee / MWPA - ஆயுள் காப்பீடு பாலிசி எடுத்தவர் இறக்க நேரிட்டால், காப்பீட்டுத் தொகை மொத்தமும் சட்டப்படி நாமினிக்கு மட்டுமே சொந்தமாகும். இறந்தவரது மற்ற சொந்தங்கள், கடன் கொடுத்தவர்கள், வங்கிகள் பணத்தைப் பங்குப் போட்டுவிடாமல் இருக்க, பாலிசி எடுக்கும் போதே MWPA - Married Women Property Act, 1874 என்ற சட்டத்தின் கீழ் கொண்டு வந்துவிட்டால் இறந்தவரது மனைவியிடம் மட்டுமே பணம் முழுமையாக ஒப்படைக்கப்படும்.

- Cashless Facility - பெரும்பாலும் சிகிச்சைக்கான பணத்தை முதலில் கட்டிவிட்டு, பின்னர் இன்சூரன்ஸ் மூலம் க்ளைம் செய்து கொள்ள வேண்டியிருக்கும். காப்பீடு நிறுவனத்துடன் ஒப்பந்தத்தில் இருக்கும் மருத்துவமனைகளில் ரொக்கமில்லா பரிவர்த்தனை வசதி இருந்தால், பணத்தைக் காப்பீடு நிறுவனம் ஏற்று, சரியான நேரத்தில் கட்டிவிடும். அவசரகாலத்தில் நாம் பணத்திற்காக அலைய வேண்டியிருக்காது.

- Waiting / Cooling Period - காத்திருப்புக்காலம் – ஏற்கனவே சிகிச்சை எடுத்துக் கொண்டிருக்கும் நோய்களுக்கான மருத்துவச் செலவுகளைப் புதிதாக காப்பீடு எடுத்தவுடன் க்ளைம் செய்ய முடியாது. ஓராண்டு முதல் நான்கு ஆண்டுகள் வரை காத்திருக்க வேண்டியிருக்கும்.

- காப்பீடு க்ளைம் என்பது காலம் சார்ந்த விஷயம். மருத்துவமனையில் அனுமதிக்கப்பட்டதும் உடனடியாகக் காப்பீடு நிறுவனத்திற்கு தகவல் கொடுத்துவிட வேண்டும். மருத்துவமனை ரசீதுகளுடன், பரிசோதனை முடிவுகள், ஸ்கேன் ரிப்போர்ட் என்று அனைத்தையும் பத்திரப்படுத்தி சிகிச்சை முடிந்து 15 நாட்களுக்குள் க்ளைம் செய்துவிட வேண்டும்.

- Claim Settlement Ratio (CSR) - ஒரு காப்பீட்டு நிறுவனத்திடம் இதுவரை எத்தனை க்ளைம்கள் வந்துள்ளது, அவற்றில் எத்தனை க்ளைம்கள் செட்டில்மெண்ட் ஆகியுள்ளது என்பதை இந்த இழப்பீடு கோரல் விகிதம் மூலம் தெரிந்துகொள்ளலாம். இந்த விகிதம் அதிகமாக இருந்தால், அது நல்ல, நமக்கு ஏற்ற நிறுவனம் என்று நம்பலாம்.

- Amount Settlement Ratio - வந்த க்ளைம்களில் எத்தனை வழங்கப்பட்டது என்பதுடன், க்ளைம் செய்யப்பட்ட தொகையில் எத்தனை சதவிகிதம் முறையாக இதுவரை வழங்கப்பட்டுள்ளது என்பதையும் காப்பீட்டு நிறுவனத்தைத் தேர்ந்தெடுக்கும் போது கணக்கில் கொள்ள வேண்டும்.

- No Claim Bonus (NCB) – காப்பீடு எடுத்து குறிப்பிட்ட காலத்திற்கு எந்த க்ளைமும் செய்யவில்லை என்றால் காப்பீடு எடுக்கும் பயனாளருக்கு அடுத்த வருட ப்ரீமியம் தொகையில் தள்ளுபடி அல்லது அதே தொகைக்கு அதிக கவரேஜ் என்று சலுகைகள் வழங்கப்படுகிறது.

- Education Loan Insurance - வெளிநாடு சென்று மேற்படிப்பு படிக்க வாங்கப்படும் கல்விக்கடனுக்குக் காப்பீடு வழங்கப்படுகிறது.

- வாகனக் காப்பீட்டில் - மது அருந்திவிட்டு வாகனம் ஓட்டும் போது, சொந்தப் பயன்பாட்டிற்குப் பதிவு செய்த வாகனத்தை வணிக ரீதியாகப் பயன்படுத்தும் போது, குறிப்பிட்ட அளவிற்கு மேல் சுமை ஏற்றிச் செல்லும் போது விபத்து ஏற்பட்டால் இன்சூரன்ஸ் க்ளைம் நிராகரிக்கப்பட்டுவிடும். தனிப்பட்ட தகராறு அல்லது வேண்டுமென்றே வாகனத்திற்கு சேதம் ஏற்படுத்தியிருந்தாலும் க்ளைம் கிடைக்காது.

- பல் சிகிச்சை, செயற்கை கருத்தரிப்பு, பாலுறவுப் பிரச்சனைகள், போதைப்பொருள் பயன்பாட்டால் உண்டாகும் விளைவுகள், தற்கொலை முயற்சி சிகிச்சைகளுக்குக் காப்பீடு வழங்கப்படுவதில்லை.

- காப்பீட்டு நிறுவனத்தின் சேவையில் திருப்தி இல்லை என்றால் பாலிசி காலம் முடிவதற்குள் (45 நாட்களுக்கு முன்) பாலிசியை வேறொரு நிறுவனத்திற்கு மாற்றிக் கொள்ளலாம். கவரேஜ், NCB, காத்திருப்பு காலம் போன்ற சலுகைகள் புது பாலிசியில் சேர்ந்துவிடும்.

- காப்பீடு தொடர்பான புகார்களுக்கு IRDA – Insurance Regulatory and Development Authority of India – இந்தியக் காப்பீடு ஒழுங்காற்று மற்றும் மேம்பாட்டு ஆணையத்தைத் தொடர்பு கொள்ளலாம். இந்த அமைப்பின் நோக்கம், பாலிசிதாரர் நலன், உரிமைகளைப் பாதுகாப்பது, காப்பீடு என்ற பெயரில் மோசடித் திட்டங்கள் விற்பனையைத் தடுப்பதே ஆகும்.

8. காப்பீடு வேறு, முதலீடு வேறு

Insurance (காப்பீடு) வேறு Investment (முதலீடு) வேறு. ஆனால் நமக்கு இவை இரண்டும் ஒன்றாகவே 'விற்கப்பட்டு' வருகிறது.

Money Back, Endowment, ULIP, Whole Life போன்ற பெயர்களில் வரும் பாலிசிகள் அனைத்திலுமே ப்ரீமியம் அதிகமாகவும், இறுதிப் பலன் மிக மிகக் குறைவாகவும் இருக்கும். ஆனாலும், மிக அதிகமாக விளம்பரப் படுத்தப்படுவதும், பல சமயம் வலுக்கட்டாயமாக வாடிக்கையாளர்களது தலையில் கட்டப்படுவதும் இதுபோன்ற பாலிசிகள் தான். கட்டும் பணம் வாபஸ், பாலிசி காலத்தில் இன்சூரன்ஸ், கூடுதலாக வருமான வரிச்சலுகை என்று இந்த Triple Benefit Package கேட்க கவர்ச்சிகரமாக இருந்தாலும், உண்மையில் இதனால் நமக்கு நஷ்டம் தானே தவிர, லாபம் இல்லை.

உதாரணத்திற்கு, ஒரு பிரபல நிறுவனத்தின் மணி பேக் பாலிசியை எடுத்துக் கொள்வோம். வருடம் ரூ.50,000 என்று 10 வருடத்திற்கு கட்டினால், ரூ.4,00,000 லைப் இன்சூரன்ஸ், பாலிசி முடிவில் ரூ.7,00,000 கிடைக்கிறது. வட்டியைக் கணக்கிட்டுப் பார்த்தால் 6% வரும். வங்கி வைப்பு நிதியே (FD) 5 – 5.5% வட்டி கொடுத்து வரும் நிலையில் இந்த வருமானம் மிக மிகக் குறைவு. ஆயுள் காப்பீடு - உயிரின் விலை வெறும் 4 லட்சம். டேர்ம் இன்சூரன்ஸில் ப்ரீமியம் குறைவு, காப்பீட்டு தொகை வருமானத்தில் 20 மடங்கு. வருமான வரிச்சலுகைப் பிரிவான 80C-ல் இன்சூரன்ஸ் பாலிசி ப்ரீமியமுடன், விட்டுக்கடன், முதலீடுகள் என்று பலவற்றையும் சேர்த்து, வருடத்திற்கு அதிகபட்சம் ரூ. 1,50,000 வரை மட்டுமே வரிவிலக்குப் பெற முடியும். ஆக வரிவிலக்கிற்காக இப்பாலிசிகளைத் தேர்ந்தெடுப்பதும் புத்திசாலித்தனமல்ல.

இத்தனை சிக்கல் இருந்தும் மணிபேக் பாலிசிகள் அதிகம் விற்கப்படுவதற்குக் காரணம் - கட்டும் பணம் திரும்பக் கிடைத்தால் நல்லதுதானே என்ற நம் பேராசையும், மற்ற பாலிசிகளைவிட ஏஜெண்ட்களுக்கு இதில் கிடைக்கும் மிக அதிகமான கமிஷனும்தான்.

முதலீட்டிற்கு எத்தனையோ வழிகள் இருக்கும் போது அதைக் காப்பீட்டில் போட்டுக் குழப்பிக் கொள்ளக் கூடாது. அதே போல, எல்லா இடங்களிலும் போட்ட பணம் திரும்பக் கிடைத்தே ஆக வேண்டும் என்ற அவசியமும் இல்லை.

9. பணவீக்கம் (Inflation), பணவாட்டம் (Deflation)

INFLATION - பணவீக்கம் - 10 வருடங்களுக்கு முன்பு 100 ரூபாய் விற்றுக் கொண்டிருந்த பொருள் இன்று 140 ரூபாய். இதன் அர்த்தம் என்ன? நாம் அன்றாடம் பயன்படுத்தும் அத்தியாவசியப் பொருட்களின் விலையுடன் ஒப்பிட்டுப் பார்க்கும் பொழுது 10 வருடத்தில் அந்தப் பணத்தின் 'வாங்கும் திறன்' குறைந்துள்ளது. இதைத்தான் விலைவாசி உயர்வு அல்லது INFLATION (பணவீக்கம்) என்கிறார்கள். மக்களிடையே தேவைக்கு அதிகமாகப் பணம் புழங்கினால், பொருட்களின் இருப்பைவிட (demand) அதை வாங்கும் திறன் (supply) அதிகமாகும். பொருட்களின் விலை உயரும். விலைவாசிக்கு இணையாகத் தனிநபர் வருமானம் உயர வேண்டும். மாறாகத் தனிநபருக்கு வழங்கப்படும் கடன் அதிகமாவதே பணவீக்கத்திற்கான முக்கியக் காரணம்.

HYPERINFLATION - மிகை பணவீக்கம் - கட்டுக்கடங்காமல் உயரும் விலைவாசி. இதோடு கடும் பொருளாதார நெருக்கடி, வேலையில்லாத் திண்டாட்டம் எல்லாம் கலந்து கட்டி அடித்தால் அது, STAGFLATION - தேக்கநிலை.

DEFLATION - பணவாட்டம் - பணவீக்கத்திற்கு நேர் எதிர். 10 வருடங்களுக்கு முன்பு 100 ரூபாய்க்கு விற்கப்பட்ட பொருள் இன்றும் அதே விலையில் விற்றால் அந்தப் பொருள் மீதான மோகம் குறையும். வாங்க ஆள் இருக்காது. படிப்படியாக விலை குறையும். இந்தப் பணவாட்டமும் சிக்கல்தான். ஒவ்வொரு பொருளுக்கும் சரியான விலை என்று உள்ளது. விலை அதிகமாக உயர்ந்தால் நுகர்வோரான நமக்கு நஷ்டம், குறைந்தால் உற்பத்தியாளர்களுக்கு நஷ்டம். இரண்டில் எது நடந்தாலும் நாட்டின் பொருளாதாரம் பாதிக்கப்படும். இரு தரப்பினருக்கும் நஷ்டம் ஏற்படாத வகையில், பணப்புழக்கத்தைக் கட்டுப்பாட்டில் வைத்துப் பொருளாதாரத்தைச் சமன் செய்யும் பொறுப்பு ஆளும் அரசையும், ரிசர்வ் வங்கியையுமே சேரும்.

SHRINKFLATION - 10 வருடங்களுக்கு முன் 10 ரூபாய்க்கு கிடைத்த பிஸ்கட் பாக்கெட் இன்றும் அதே 10 ரூபாய்தான். ஆனால் உள்ளே 12 பிஸ்கட்களுக்குப் பதில் 8 பிஸ்கட்கள் இருக்கும். அனைத்து வகையான நுகர்வுப் பொருட்களிலும் இந்த விலை X எடை வித்தியாசத்தைக் காணலாம். இது மட்டுமல்ல, மிச்சம் பிடிப்பதற்காக 10 பேர் செய்ய வேண்டிய வேலையை 6 பேரைச் செய்ய வைப்பதும் Shrinkflation தான்.

10. சேமிப்பு வேறு, முதலீடு வேறு

உண்டியலில் பணத்தைப் போட்டு வைக்கிறோம். வருடக் கடைசியில் எடுத்துப் பார்த்தால் அதுவரை எவ்வளவு பணம் போட்டிருக்கிறோமோ அதே அளவு பணம்தான் இருக்கும். இது சேமிப்பு.

வங்கி சேமிப்புக் கணக்கில் (SAVINGS DEPOSIT) பணத்தைப் போட்டு வைக்கிறோம். வருடத்திற்குச் சுமார் 3% வட்டி கிடைக்கிறது. வங்கி நிரந்தர வைப்புநிதியில் (FD - FIXED DEPOSIT) பணத்தைப் போட்டு வைக்கிறோம். வருடத்திற்குச் சுமார் 5-6% வரை வட்டி கிடைக்கிறது. இவையும் சேமிப்புகளே. இதுவே, பரஸ்பர நிதி எனப்படும் MUTU—AL FUND -களில் பணத்தைப் போட்டு வைக்கிறோம். வருடத்திற்குச் சுமார் 12% வருமானம் கிடைக்கிறது என்று வைத்துக் கொள்வோம். இதுதான் முதலீடு.

இந்தியாவில் பணவாட்டத்திற்கு வாய்ப்பில்லை. எப்போதும் பணவீக்கம் மட்டும்தான். வருடத்திற்குச் சராசரியாக 5% அதிகரித்துக் கொண்டிருக்கிறது (இதை நான் எழுதிக் கொண்டிருக்கும் செப்டம்பர் 2023இல் பதிவாகியிருக்கும் பணவீக்க அளவு 7.44%). வங்கியில் நாம் சேமிக்கும் பணத்திற்கு வரும் வட்டிக்கு வரி கட்ட வேண்டும். நம் முதலீடு எதுவாக இருந்தாலும், குறைந்தபட்சம் பணவீக்கம் + வரியை மீறிய வருமானத்தைக் கொடுத்தால் மட்டுமே அவை முதலீடுகள்.

சிலர் 'காரில் முதலீடு செய்துள்ளேன்' என்பார்கள். அது முற்றிலும் தவறு. தேய்மான சொத்தான கார் மற்றும் விலை உயர்ந்த எலெக்ட்ரானிக்ஸ் பொருட்களில் பணத்தை முடக்குவது முதலீடு அல்ல, செலவு. இதுவே அந்தக் கார் அல்லது பொருள் அதன் விலையைவிட அதிகமாக நமக்கு வருமானத்தைச் சம்பாதித்துக் கொடுக்கிறது என்றால் அதைத் தொழிலுக்கான முதலீடாக எடுத்துக் கொள்ளலாம். வருடாவருடம் மதிப்பு குறையப் போகிற, இன்றைய சூழலுக்கு 7.5% க்கு குறைவாக வருமானம் தரும் எதுவுமே முதலீடு அல்ல.

11. சேமிப்பு தானாய் நடக்க வேண்டும்

மிச்சம் பிடிக்க ஆசைதான், சிக்கனமாக வாழலாம்தான் ஆனால் வங்கியில் சம்பள பணம் வந்து விழுந்தவுடன் செலவும் வரிசை கட்டி நிற்கிறது. எல்லாம் முடிந்த பிறகு சேமிக்க ஒன்றுமே இருப்பதில்லை. மாதச் சம்பளக்காரர்கள் பலருக்கும் இருக்கும் பிரச்சனை இது. இவர்கள் பரவாயில்லை. சுயத் தொழில் செய்வோர் நிலை இன்னும் மோசம். சம்பளம், பில் செட்டில்மெண்ட், அந்த வரவு, இந்தச் செலவு என்று மாதத்தின் முதல் வாரம் போர்க்களமாக இருக்கும் (சொந்த அனுபவம்).

A part of what you earn is yours to keep! - சேமிப்பு உலகின் தாரக மந்திரம் இது. வரவு - சேமிப்பு = செலவு.

உங்களது மாத பட்ஜெட்டில் குறைந்தபட்சம் 20% சேமிப்பிற்கென்று இருந்தே ஆக வேண்டும். அதை முதலில் எடுத்து வைத்து விட்டு மற்ற செலவுகளைக் கவனிக்க தொடங்க வேண்டும். 'அடுத்த மாதம் பார்த்துக் கொள்ளலாம்' என்று செலவுகளைத் தள்ளிப் போடலாம், சேமிப்பை அல்ல! சேமிப்பு மாதாமாதம் நடந்தே தீர வேண்டும். எப்படி ?

வங்கிளை நாம் முன்மாதிரியாக எடுத்துக்கொள்வோம். ஞாயிற்றுக்கிழமை, பண்டிகை நாள், மழை, வெள்ளம், புயல், பூகம்பம் என்று எது வந்தாலும் கொடுத்த கடனுக்கான வட்டியை (EMI) '..ட்டான்' என்று சொன்ன தேதியில் எடுத்துவிடுவார்கள். வங்கியில் பணமில்லையா உடனே ஒரு பெனால்டி. வட்டிக்கு வட்டி. சாதா கடனாளியாக இருக்கும் நாம் பெரும் கடனாளி ஆகிவிடுவோம் என்ற பயத்தில் பதறி அடித்துக்கொண்டு அந்தப் பணத்தைக் கட்டுவோம். இதே பதற்றத்தைச் சேமிப்பிலும் காட்ட வேண்டும்.

அனைத்தையும் AUTOMATE (தானியங்கு) செய்துவிட வேண்டும். ஒன்றாம் தேதி சம்பளம் வருகிறதென்றால் ரெண்டாம் தேதி சேமிப்பிற்கான 20% ஆடோமேடிக் ஆக ஒதுங்கிச் சென்றுவிட வேண்டும். நேடியாகப் பணத்தை முதலீடுகளுக்கு (மியூசுவல் ஃபண்ட், போஸ்ட் ஆபீஸ்) அனுப்பும் வசதி இருந்தால் ஓகே. இல்லையா சம்பள அக்கவுண்ட் தவிர இன்னொரு அக்கவுண்ட் (வேறு வங்கியில்) வைத்துக் கொள்ளுங்கள். சம்பளம் வந்தவுடன் அதில் 20% இந்த அக்கவுண்டிற்குச் செல்லும்படி E-Mandate போட்டுவிடுங்கள். செல்வத்திற்கான சிறந்த வழி - சேமிப்பிற்குப் பின் செலவு.

12. முதலீட்டில் இலக்குகள்

ஏன் சேமிக்க வேண்டும்? இருப்பது ஒரு லைஃப், இப்போது அனுபவிக்காமல் வேறு எப்போது அனுபவிப்பதாம்? சேமித்து என்ன ஆகப் போகிறது? நாளைக்காக ஏன் இன்று தியாகம் செய்ய வேண்டும்? - பொதுவாக நமக்குத் தோன்றும் எண்ணங்கள் இவை.

மருத்துவத்துறையின் அபரிமிதமான வளர்ச்சியால் புதுப்புது நோய்கள் ஒரு பக்கம் கண்டுபிடிக்கப்பட்டாலும், மனிதனின் சராசரி ஆயுட்காலமும் அதிகரித்துக் கொண்டே வருகிறது. முன்பிருந்தது போல 60 வயதில் ஓய்வு என்பது இன்றைய சூழலுக்கு ஒத்துவராது. ஓய்விற்குப் பிறகு, நம் உழைப்பும், அதற்காக வந்து கொண்டிருந்த சம்பளமும் நின்ற பிறகு, நம் தேவைகள் இப்போதிருப்பதைவிட அதிகமாக இருக்க வாய்ப்புள்ளது. அடுத்தவருக்குத் தொல்லை இல்லாத, நம் அத்தியாவசியத் தேவைகாளில் *(WANTS)* எந்தக் குறையும் இல்லாத வாழ்க்கையைத் தினம் வாழப் பணம் வேண்டும். இறப்பு ஒருமுறைதான். ஆனால் தினம் தினம் வாழ வேண்டும். ஆக, நிச்சயம் இல்லாத நாளைக்காக - இன்று நமது விருப்பங்களைக் கொஞ்சமாக குறைத்துக் கொள்ள வேண்டும். அவ்வளவுதான்.

அடுத்தக் கேள்வி - எப்படி சேமிக்க வேண்டும்?

எந்த ஒரு காரியத்தையும் கர்ம சிரத்தையாகக் கட்டுப்பாடுடன் செய்யக் குறிக்கோள் அவசியம். சேமிப்பில் இதை *GOAL BASED INVESTING* என்று சொல்வார்கள்.

- *LONG-TERM GOALS* - நீண்ட கால தேவைகள்

ஓய்வுக்காலம், பிள்ளைகளது திருமணம்...

- *MEDIUM-TERM GOALS* - மத்தியக் கால தேவைகள்

சொந்த வீடு, பிள்ளைகளது உயர்கல்வி...

- *SHORT-TERM GOALS* - குறுகிய கால தேவைகள்

அவசரகால நிதியைச் சேர்ப்பது, கடனை அடைப்பது, புது கார்...

இப்படி நமது தேவைகளைக் கால அடிப்படையில், நமது சம்பாதிக்கும், சேமிக்கும் திறனுக்கேற்ப பிரித்து, அதற்கேற்ற முதலீடுகளைத் தொடங்க வேண்டும்.

13. முதலீட்டில் புத்திசாலித்தனம்

நமது செல்போன் மட்டுமல்ல நமது குறிக்கோள், அடைய நினைக்கும் இலக்கு, அவற்றைச் செயல்படுத்தும் முறை என்று அனைத்தும் S.M.A.R.T ஆக இருக்க வேண்டும்.

S - Specific (குறிப்பானதாக)

நிறைய பணம் சம்பாதிக்க வேண்டும் என்பது போன்ற பொதுவான இலக்காக இல்லாமல், 'எனது 50 வயதிற்குள் ரூ. 10 கோடி என்ற இலக்கை அடைய வேண்டும்' என்று இலக்கு குறிப்பானதாக இருக்க வேண்டும்.

M - Measurable (அளவிடக்கூடிய)

'அடுத்த 25 ஆண்டுகளுக்கு மாதம் ரூ.25,000 முதலீடு செய்து குறைந்தபட்சம் வருடம் 12% கூட்டுவட்டி மூலம் ரூ.10 கோடி என்ற இலக்கை அடைவேன்' என்று அளவிடக்கூடிய இலக்காக இருக்க வேண்டும்.

A - Attainable (அடையக்கூடிய)

'அம்பானியை மிஞ்சுவேன்' என்பதைவிட 'எனது வேலை / தொழிலில் அம்பானி அளவிற்கு உழைத்து, புதுப்புது வழிகளில் சம்பாதித்து எனது இலக்கை அடைவேன்' என்று சாத்தியப்படக்கூடிய இலக்காக இருக்க வேண்டும்.

R - Relevant (தொடர்புடையதாக)

'புதிதாகத் தொழில் தொடங்குவேன்', 'அலுவலகத்தில் அடுத்தக்கட்ட ப்ரோமோசனுக்காக எனது தகுதிகளை வளர்ப்பேன்' - இவை நமக்கு நேரடித் தொடர்புடைய, முயற்சித்தால் அடையக்கூடிய இலக்குகள்.

T - Time Bound (கால / நேர அளவுடைய)

'சாகும் வரை உழைப்பேன்' என்பது சரியான அணுகுமுறை அல்ல. இத்தனை வருடங்கள் உழைப்பேன், இத்தனை செல்வம் சேர்ப்பேன் என்று இலக்குகளுக்கு ஒரு நேர/ காலத்தைக் கொடுப்பது அவசியம்.

14. கூட்டுவிளைவு –THE COMPOUND EFFECT

இரண்டு ஆப்ஷன்கள் - உடனடியாகக் கிடைக்கும் ஒரு கோடி ரூபாய் அல்லது 30 நாட்களுக்குத் தினம் இரட்டிப்பாகும் 1 ரூபாய் (முதல் நாள் 1ரூ, 2ம் நாள் 2, 3ம் நாள் 4, 4ம் நாள் 8... இப்படி) - இரண்டில் எது உங்கள் தேர்வாக இருக்கும்?

புத்தகம் வாசிக்க ஆசை, ஆனால் நேரம் இல்லை. என்ன செய்யலாம்? அதிகம் வேண்டாம், தினம் 10 பக்கங்கள் வாசிக்க வேண்டும் என்று முடிவெடுத்து நடைமுறைப்படுத்தினால் வருடத்திற்கு 3650 பக்கங்கள் (15 புத்தகங்களாவது) வாசித்து விடலாம். 1000 அடிகள் கைவீசி நடந்தால் 30-40 கலோரிகளைக் கரைக்கலாம் என்கிறார்கள். உடல் எடையைக் குறைக்க விரும்புபவர்கள் தினம் தொடர்ந்து 1000 அடிகள் நடந்தால் - முதல் நாள் எந்த வித்தியாசமும் தெரியாது, ஆனால் திடீரென்று ஒரு நாள் எடையில் மிகப்பெரிய வித்தியாசம் தெரியத் தொடங்கும்! இதற்கு THE COMPOUND EFFECT - கூட்டு விளைவு என்று பெயர்.

முயல் ஆமை கதையில் வரும் முயல் போல, எடுத்தவுடன் ஆர்வமாக, பெரிதாகத் தொடங்கி சோம்பல், நம்பிக்கையின்மை என்று ஏதோவொரு காரணத்தினால் பாதியில் நிறுத்துவதற்குப் பதில், ஆமை போல சின்ன சின்ன அடிகளாக இருந்தாலும் தொடர்ந்து நம்பிக்கையுடன் முன்னேறினால் நிச்சயம் மிகப்பெரிய பலனை அடையலாம். சரி, இதற்கும் தனிநபர் மேலாண்மைக்கு இருக்கும் தொடர்பு என்ன? ஆரம்பத்தில் கேட்ட கேள்வியைப் பார்ப்போம்.

கொடுக்கப்பட்ட இரண்டு ஆப்ஷன்களில் ஒரு கோடியைத் தேர்ந்தெடுப்பது புத்திசாலித்தனமாகத் தெரிந்தாலும், தினம் இரட்டிப்பாகும் 1 ரூபாய் - 30 நாட்கள் கழித்து எவ்வளவு ஆகியிருக்கும் தெரியுமா? 53,68,70,912 ரூபாய். 25 ஆம் நாளே ஒரு கோடியைத் தாண்டியிருக்கும்! கூட்டுவிளைவின் மேஜிக்!

நிதர்சனத்தில் இப்படி ஒரு மேஜிக் காயின் நமக்குக் கிடைக்காது. ஆனால் முறையாகத் தொடர்ந்து முதலீடு செய்தால் கூட்டுவிளைவின் பலனாக நம் பணம் குட்டி போட்டுப் பெருகும். முதலீடுகள் மூலம் கிடைக்கும் வட்டியை வெளியே எடுக்காமல் மறுமுதலீடு செய்தால் அந்த வட்டிப்பணம் அசலுடன் சேர்ந்து வட்டிக்கு வட்டி கிடைக்கும். இதற்குக் கூட்டு வட்டி - Compound Interest என்று பெயர். இந்த கூட்டு வட்டிதான் நம் மேஜிக் காயின். இந்தக் காயின் தனது மேஜிக்கை நிகழ்த்த ஒரே ஒரு ரூல்தான் அது - தொடர் முதலீடு!

15. பணத்தின் கால மதிப்பு

இரண்டு ஆப்ஷன்கள் - இப்போதே 5 லட்ச ரூபாய் அல்லது இரண்டு வருடங்களுக்குப் பிறகு 6 லட்சம் - இரண்டில் எதை தேர்வு செய்வீர்கள் ?

Kung Fu Panda படம் முதல் பாகம் பார்த்திருப்பீர்கள். (பார்க்காதவர்கள் அவசியம் பார்க்கவும்). அதிலொரு அருமையான வசனம் வரும். *Yesterday is History, Tomorrow is a Mystery but Today is a GIFT, that is why its called PRESENT* – நேற்று என்பது வரலாறு, நாளை என்பது தெரியாது, நன்றே செய் அதை இன்றே செய் என்று இதை மொழிபெயர்க்கலாம். ஒரு பொருளின் இன்றைய மதிப்பு நாளை எப்படி இருக்கும் என்று யாராலும் சொல்ல முடியாது. ஆனால் பணம், அதன் வருவாய்த் திறன் காரணமாக எதிர்காலத்தைவிட, தற்போது அதிக மதிப்புடையதாக இருக்கும். பீரோவிற்குள் பூட்டி வைக்கப்படும் பணம் 10 வருடங்களுக்குப் பிறகும் காகிதமாக வேண்டுமானால் எந்த மாறுதலும் இல்லாமல் அப்படியே இருக்கும், ஆனால் பணவீக்கம் காரணமாக மதிப்பளவில் குறைந்து போயிருக்கும். இதுவே சிறு தொகை என்றாலும் தொடர்ந்து முதலீடு செய்யப்படும் பணம், நாளடைவில் மதிப்பளவில் கூடிக்கொண்டே போகும் – கூட்டுவட்டி காரணமாக.

இளமையிலேயே முதலீட்டைத் தொடங்க வேண்டும் என்று தொடர்ந்து வலியுறுத்தப்படுவதற்கான காரணம் இதுதான். நம்மைவிட நம் பணம் அதிக காலம் உழைக்க வேண்டும். கூட்டு வட்டி தன் மேஜிக்கை நிகழ்த்த காலம் மிக மிக அவசியம். பணத்திற்கும் காலநேரத்திற்குமான இந்தத் தொடர்பை 'பணத்தின் கால / நேர மதிப்பு' என்று அழைக்கிறார்கள் - TIME VALUE OF MONEY (TVM)

ஆரம்பத்தில் நம் முன் வைக்கப்பட்ட இரண்டு ஆப்ஷன்களில் எது பெஸ்ட் என்பதைத் தீர்மானிக்க நேரத்துடன் வட்டி விகிதத்தையும் கணக்கில்கொள்ள வேண்டும். ஒரு லட்சம் அதிகமாகக் கிடைக்கிறது என்பதால் 2 வருடங்கள் கழித்து 6 லட்சமாக வாங்கிக் கொள்வதே புத்திசாலித்தனம் என்று தோன்றலாம். ஆனால் இன்று கையில் கிடைக்கும் 5 லட்சம் வருடத்திற்கு 12% வட்டியைச் சம்பாதித்துக் கொடுத்தால், அதன் மதிப்பு 2 வருடங்களில் 6,27,200 ரூபாயாக இருக்கும் (இணையத்தில் TVM கால்குலேட்டர்கள் உள்ளது). அதுவே 2 வருடங்களுக்கு பிறகு நம் கைக்கு வரும் 6 லட்சம், வருடத்திற்கு 5% என்று 10% மதிப்பிழந்தாலும் இன்றைய மதிப்பில் ரூ. 4,95,868 ஆகியிருக்கும். காரணம் - காலம் 'பொன்' போன்றது.

16. நேரத்தின் பண மதிப்பு

'ஹலோ துபாயா? என் பிரதர் மார்க் இருக்காரா' - 'ஸ்டீவ் வாக்' வடிவேலு அலப்பறை விட்டுக்கொண்டிருக்க, பக்கத்திலிருக்கும் பிரபுதேவா உண்மையை நினைத்துப் பார்ப்பார். ரேஷனில் அடித்துப் பிடித்து வாங்கிய மண்ணெண்ணெய் கீழே சிந்திவிட, அண்ணன் வடிவேலு அழுது புலம்பி 'இந்த 5 லிட்டர் எண்ணைய வாங்குறதுக்கு எங்க ஆத்தா அப்பன் எத்தன எடத்துல கொட்டடிச்சு ஆடிப் பாடி சம்பாதிச்ச காசு தெரியுமாடா?' என்பார்.

பணம் சம்பாதிக்க வயது, காலம் ஒரு தடையல்ல என்றாலும், பணம் பெருக காலம் மிக மிக அவசியம். கடந்து போன காலத்தை எவ்வளவு விலை கொடுத்தாலும் திருப்பி வாங்க முடியாது. முதலீட்டில் பிரபலமான வாக்கியம் - The Best Day To Start Investing Was Yesterday, The Second Best Day Is Today! முதலீட்டில் மட்டுமல்ல. காலத்தின் மதிப்பை உணர்ந்தவர்கள் தேவையில்லாத விஷயங்களுக்காக ஒரு நிமிடத்தைக்கூட வீண்டிக்க மாட்டார்கள். தங்களது தொழிலில் நம்பர் 1 ஆக இருப்பவர்கள் தாங்கள் செய்யும் வேலைக்கான சம்பளத்தை வேலையின் அடிப்படையில் இல்லாமல் நேரத்தின் அடிப்படையில் வாங்கிக் கொள்கிறார்கள் - MONEY VALUE OF TIME. தினம் எந்த உடையை அணிவது என்ற குழப்பம் வரக்கூடாது என்பதற்காகவே ஒரே மாதிரியான உடையை அணியும் பணக்காரர்களைப் (ஸ்டீவ் ஜாப்ஸ், மார்க் ஜுக்கர்பெர்க்) பற்றி நாம் கேள்விப்பட்டிருக்கிறோம்.

கொரோனா காலகட்டத்தில் நேரத்தின் மதிப்பை உணர்ந்து செயல்பட்ட ஐடி கம்பெனிகள், தங்களது ஊழியர்களை வீட்டிலிருந்து வேலை செய்ய வைத்தார்கள் Work From Home. அலுவலகம் என்றால் குறிப்பிட்ட நேரம்தான் வேலை வாங்க முடியும். எக்கச்சக்கமாகச் செலவுகள் இருக்கும். அதுவே வீட்டிலிருந்தபடியே வேலை என்றால் 24 மணி நேரமும் வேலை வாங்கலாம், செலவு கம்மி, லாபம் அதிகம். Time is Precious, Time is Money! செலவுகள் என்று வரும் பொழுது, ஒரு பொருள், அது நம் தகுதிக்கு (வருமானத்திற்கு, தேவைக்கு) அதிகம் என்று தெரிந்தும் தள்ளுபடியில் கிடைக்கிறது, தவணையில் கிடைக்கிறது என்பதால் வாங்கினால், கொஞ்ச காலத்திற்கு நாம் நமக்கு, நம் குடும்பத்திற்காக மட்டுமல்லாமல் அந்தப் பொருளுக்காகவும் உழைக்க வேண்டியிருக்கும் - கீழே கொட்டிவிட்ட மண்ணெண்ணெய்க்காக மறுபடியும் ஊர் ஊராக வடிவேலு குடும்பமே ஆடிப் பாடி சம்பாதிக்க வேண்டியதைப் போல.

17. ரிஸ்க் அளவைத் தெரிந்துகொள்ளுங்கள்

ரிஸ்க் இல்லாமல் இங்கு எதுவும் இல்லை. ரோட்டில் போனால் ஆக்சிடண்ட் ரிஸ்க், வீட்டில் படுத்துக் கிடந்தால் பூகம்பம், புயல், தீ விபத்து ரிஸ்க், மாதச் சம்பளக்காரனுக்கு வேலை ரிஸ்க், சொந்தத் தொழில் செய்கிறவனுக்குத் தினம் தினம் ரிஸ்க். எந்த ஒரு காரியத்தில் இறங்குவதற்கு முன்பும் அதில் உள்ள ரிஸ்க்களைப் பற்றி முழுமையாகத் தெரிந்துகொள்ள வேண்டியது அவசியம்.

முதலீடுகளிலும் ரிஸ்க் உண்டு. கிரிப்டோகரன்சி ஒரே வருடத்தில் 500-600 மடங்கு லாபம் தந்ததைக் கேள்விப்பட்டு அடுத்தடுத்து அதில் முதலீடு செய்தவர்கள் இப்போது தலையில் துண்டைப் போட்டு அமர்ந்திருக்கிறார்கள். ஷேர் மார்க்கெட்டில் இல்லாத ரிஸ்கா? எதுவும் வேண்டாம், பணத்தை வங்கியில் போட்டு வைக்கலாம் என்றால் 'வங்கிகள் திவால்' இப்போது சர்வ சாதாரணமாகிவிட்டது. சரி, பணத்தை வீட்டிலேயே வைத்துக் கொள்ளலாம் என்றால் ஒன்று திருடிக்கொண்டு போய்விடுவார்கள் அல்லது பணமதிப்பிழப்பு செய்துவிடுவார்கள். எங்கும் எதிலும் நீக்கமற நிறைந்துள்ளது இந்த ரிஸ்க்-ல் இருந்து தப்பிக்க ஒரே வழி – RISK PROFILING.

வயது, வருமானம், நிகர சொத்து மதிப்பு, படிப்பு, குடும்பச் சூழல், உடல் / மன பலம் உள்ளிட்ட முக்கிய விஷயங்களைக் கணக்கில் கொண்டு ஒரு தனி நபரால் எவ்வளவு ரிஸ்க்கை சமாளிக்க முடியும் என்பதை தெரிந்துகொள்ள வேண்டும். ஒவ்வொரு தனிநபருக்கும் வெவ்வேறு Risk Profile இருக்கும்.

உதாரணத்திற்குப் புதிதாக வேலைக்குச் சேரும் ஒரு இளைஞனுக்கு வயதும் செலவுகளும் குறைவாக இருக்கும். அவன் தைரியமாக அதிக ரிஸ்க் உள்ள ஷேர் மார்க்கெட் போன்ற முதலீடுகளில் இறங்கலாம். இடையில் சந்தை மதிப்பு குறைந்தாலும் காலம் கைகொடுக்கும். இழப்பு ஏற்பட்டாலும் மீண்டு எழுந்து வர வாய்ப்பிருக்கும். இவன் எடுக்கும் அதே ரிஸ்கை ஒரு நடுத்தர வயது குடும்பதஸ்ரால் எடுக்க முடியாது. அதே இளைஞன், தன் தாய் தந்தை சகோதர சகோதரிகளைக் கவனித்துக்கொள்ளும் பொறுப்பில் இருக்கிறான் என்றால் அவனும் மேல் சொன்ன ரிஸ்க்கான முதலீடுகளில் ஈடுபட முடியாது, ஈடுபடவும் கூடாது.

எதில் என்ன ரிஸ்க் என்பதைத் தெரிந்து கொண்டு திட்டமிட்டு இறங்கினால், ரிஸ்கெல்லம் ரஸ்க் சாப்பிடுவதைப் போல சுலபமாகிவிடும்.

18. மூலதன பாதுகாப்பு அவசியம்

ஆசைக்கும் பேராசைக்கும் நடுவில் இருப்பது சிறு இடைவெளிதான்.

இன்றைய சூழலில் சம்பாதிக்க இருக்கும் வழிகளைவிட, சம்பாதித்தப் பணத்தை இழப்பதற்கு இருக்கும் வழிகள் அதிகம். அதிகப் பணத்தைக் குறைவான நேரத்தில் சம்பாதித்துவிட வேண்டும் என்ற பேராசையில் சர்வசாதாரணமாக லட்கணக்கான பணத்தைக் கொண்டு போய் MLM திட்டங்களிலும், போலி சீட்டு நிறுவனங்களிலும், "ஒரே மாதத்தில் உங்கள் பணம் டபுள்" என்று விளம்பரப்படுத்தப்படும் ஷேர் மார்க்கெட் (குறிப்பாக F & O, கிரிப்டோகரன்சி) ஏஜெண்ட்களிடமும் கொடுத்து ஏமாந்து கொண்டிருக்கிறோம். சுயமாகக் கற்றுக் கொண்டு நாமாக முதலீடு செய்தால் பிரச்சனையில்லை. லாபமோ நஷ்டமோ ரிஸ்க் நம்மளுடையது. ஆனால் அடுத்தவரை நம்பி நம் பணத்தைக் கொடுக்கும்போது லாபத்திற்கு ஒரு வரையறையை வைத்துக் கொள்ள வேண்டும். எவ்வளவு ?

எந்த ஒரு முதலீட்டிலும் குறைந்தபட்ச லாபம் என்பது அவசியம் பணவீக்கம் (~6%) + வரி (~2%) சேர்த்து 10% ஆவது இருக்க வேண்டியது அவசியம். பேங்க், போஸ்ட் ஆபீஸ், பி.எஃப் போன்ற பாரம்பரிய முதலீடுகளால் இந்த லாபத்தைக் கொடுக்க முடியாது. பங்குச்சந்தையைப் பற்றி கற்றுக் கொண்டு கொஞ்சம் கவனமாக முதலீடு செய்தால் 12% லாபமெல்லாம் சர்வ சாதாரணம். அதற்கு மேல் கிடைப்பதெல்லாம் போனஸ்தான். ஆனால் அவை நமது சொந்த முயற்சியில் கிடைத்ததாக இருக்க வேண்டும். 12% தாண்டி ஒருவர் லாபம் ஈட்டித் தருவதாகச் சொன்னால் அவர் என்னதான் பலே கில்லாடியாக இருந்தாலும் நம் பணத்தைக் அவரிடம் கொடுப்பது நல்லதல்ல.

செல்வ உருவாக்கத்தின் (Wealth Creation) முதல் இரண்டு விதிகள் என்ன தெரியுமா ?

Rule No: 1 - Don't Lose Your Capital.

Rule No: 2 - Never forget Rule No: 1!.

என்ன ஆனாலும் முதலுக்கு மோசம் வந்துவிடக் கூடாது. லாபமோ நஷ்டமோ நம் பணம் எதில் முதலீடு செய்யப்படுகிறது என்கிற விபரம் நமக்குத் தெரிய வேண்டும், புரிய வேண்டும்.

19. மணவாழ்வு சிறக்கப் பேசுங்கள், பணம் பற்றி!

திருமணம் நடைபெறும் அதே வேகத்தில் விவாகரத்தும் நடந்துவிடும் காலக்கட்டத்தில் வாழ்ந்து வருகிறோம். 6 வருடங்களாகக் காதலித்தோம் என்று சொல்பவர்கள் திருமணமான ஆறு மாதத்தில் பிரிந்து விடுகிறார்கள். திருமண பந்தங்கள் உடைந்துபோக பல காரணங்கள் இருந்தாலும், முக்கியக் காரணமாக இருப்பது - பணம்.

Marriage is about Love, Divorce is about Money. திருமணத்திற்கு முன் தம்பதிகள் (காதல்/நிச்சயிக்கப்பட்ட) பேசி வைத்துக்கொள்ள வேண்டிய மிக முக்கியமான விஷயங்களில் ஒன்று பணம்.

1. எவ்வளவு சொத்து உள்ளது என்பதைவிட, இருவர் பெயரிலும் எவ்வளவு கடன் உள்ளது என்பதைத் தெரிந்துகொள்ள வேண்டும்.

2. ஒருவர் சேமிப்பு ஆர்வலராக இருந்து, மற்றவர் செலவாளியாக இருந்தால் இவருக்கு அவர் கஞ்சனாகவும், அவருக்கு இவர் ஊதாரியாகவும் தெரிவார்கள். பரஸ்பரம் தேவைகள் வேறு படலாம். வளர்ந்த சூழல், பணம் குறித்த புரிதல் வேறாக இருக்கலாம்.

3. இருவரும் சம்பாதிப்பவராக இருந்தால் - வீட்டுச் செலவு, கடன்கள் (பழைய, புதிய), வீட்டிற்கு அனுப்ப வேண்டியது, வருங்காலத்திற்கான முதலீடுகள் போன்றவற்றில் யார் எவ்வளவு செலவு செய்ய வேண்டும் என்பதை, தங்கள் தொழிலில் (career) தங்களுக்கு இருக்கும் லட்சியம், கனவு ஆகியவற்றை தெளிவாகப் பேசி புரிந்துகொள்ள வேண்டும்.

4. குழந்தை. எப்போது பெற்றுக் கொள்வது? இருவரில் ஒருவர் வேலையைவிட வேண்டி வந்தால் சமாளிக்க முடியுமா? இந்தக் கேள்விகளுக்குப் பதில் கிடைத்தப் பிறகே காரியத்தில் இறங்க வேண்டும்.

5. கூட்டுக் குடும்பமாக, தந்தை, மகன்/சகோதரர்கள் ஒரே தொழிலில் இருப்பவர்களாக இருந்தால் பணம் சார்ந்த பிரச்சனைகள் அதிகமாக இருக்கும். சரியான புரிதல் இல்லையென்றால் குடும்பம் மிக விரைவிலேயே உடைந்து விடும்.

திருமணங்கள் சொர்க்கத்தில் நிச்சயிக்கப்படுவது பற்றி தெரியவில்லை. ஆனால் சரியான துணை அமையவில்லை என்றால் வாழ்க்கை நிச்சயம் நரகம்தான். பேசுங்கள்.

20. நிதிச் சுதந்திரம் எனும் F.I.R.E

F.I.R.E - FINANCIAL INDEPENDENCE, RETIRE EARLY – சிறுவயதிலேயே நிறைய உழைத்து, நிறைய சம்பாதித்து, 40 வயதில் செய்யும் வேலையை உதறிவிட்டுப் பிடித்த வாழ்க்கையை வாழ வேண்டும் - இது தான் தற்போது இளைஞர்கள் மத்தியில் பிரபலமாகிக் கொண்டு வரும் F.I.R.E.

நிதிச் சுதந்திரத்தில் இருக்கும் 7 நிலைகளைத் தெரிந்து கொண்டால் உண்மையில் எது F.I.R.E என்பது புரிந்துவிடும்.

1. FINANCIAL DEPENDENCY - முழுக்க அடுத்தவரை மட்டுமே நம்பி இருப்பது
2. FINANCIAL SOLVENCY – நம் செலவுகளை நாமே பார்த்துக் கொள்வது
3. FINANCIAL STABILITY - அவசரகால நிதியைத் தயாராக வைத்திருப்பது
4. DEBT FREEDOM - கடன் அனைத்தையும் அடைத்து முடித்திருப்பது
5. FINANCIAL SECURITY - முதலீட்டு வருமானம் நம் அத்தியாவசியத் தேவைகளைப் பூர்த்தி செய்யும் அளவிற்கு வளர்ந்திருப்பது
6. FINANCIAL INDEPENDENCE - முதலீட்டு வருமானத்தை மட்டும் வைத்தே இப்போதிருக்கும் வாழ்க்கைமுறையில் (Lifestyle) எந்த மாற்றமும் இல்லாமல் அப்படியே தொடர முடிவது.
7. FINANCIAL FREEDOM - முதலீட்டு வருமானம் இப்போதையும் வாழ்க்கைமுறைக்குத் தேவையானதைவிட அதிகமாகவே இருப்பது.
8. FINANCIAL ABUNDANCE - நம் அடுத்த தலைமுறைக்கும் சேர்த்து நம்மிடம் செல்வம் சேர்ந்திருப்பது.

சம்பாதிக்க, செலவழிக்க வயது ஒரு தடையே அல்ல. ஓய்வுக் காலம் என்பது சீக்கிரம் பணம் சேர்த்து, வேலையை விடுவதல்ல. மாறாக விரும்பும் வேலையை விரும்பும் நேரத்தில், விரும்பும் இடத்தில், விரும்பிய நபர்களுடன் சேர்த்து செய்வது.

21. வெவ்வேறு வழிகளில் வருமானம்

ஒரே ஒரு வருமானத்தை நம்பி இருப்பது வருமானமே இல்லாமல் இருப்பதற்குச் சமம் என்கிறார்கள் நிதிமேலாண்மை வல்லுனர்கள். மாதம் முதல் தேதியானால் வரும் சம்பளத்தை மட்டுமே நம்பியிருப்பவர்களால் கொரோனா காலகட்டத்தில் நடந்ததைப் போன்ற திடீர் சம்பளக் குறைப்பு, வேலையிழப்பு, கட்டாய விடுப்பு போன்றவற்றைச் சமாளிக்க முடியாது. சேமிப்பைக் கரைத்துக் காலத்தை ஓட்ட வேண்டியிருக்கும்.

இந்த எலி பந்தையத்தில் இருந்து தப்பிக்க வெவ்வேறு வழிகளில் வருமானம் வரும்படியான ஏற்பாடுகளைச் செய்து வைத்துக் கொள்ள வேண்டும். ஏழு வகையான வருமானம் உள்ளது. இவற்றில் நமக்கேற்றதைக் கண்டுபிடித்து அதற்கான களத்தை அமைத்துக்கொள்ள வேண்டும்.

1. Primary / Salary Income – ஒரு வேலையைச் செய்வதற்காகக் கொடுக்கப்படும் சம்பளம். முதன்மை வருமானம்.
2. Profit Income - ஒரு பொருளை வாங்கி விற்பது அல்லது ஒரு சேவையைச் செய்து கொடுப்பதன் மூலம் கிடைக்கும் லாப வருமானம்.
3. Investing Income – நாம் செய்துள்ள முதலீடுகள் வளரும் போது நமக்குக் கிடைக்கக்கூடிய வருமானம். தொழில்களில் நேரடியாக முதலீடு செய்யலாம் அல்லது ஷேர்களாகவும் வாங்கலாம்.
4. Dividend Income - நாம் முதலீடு செய்துள்ள கம்பெனிகள், தங்களது லாபத்தில் நமக்குக் கொடுக்கும் பங்கு வருமானம்.
5. Interest Income – நம் பணத்திற்காக வழங்கப்படும் வட்டி வருமானம்.
6. Rental Income – நம் சொத்தை அடுத்தவர் பயன்படுத்துவதன் மூலம் கிடைக்கும் வாடகை வருமானம்
7. Royalty Income - எழுத்து / இசை/ தனித்துவமான ஒரு ஐடியா என்று நாம் உருவாக்கிய ஏதோ ஒன்றை அடுத்தவர் பயன்படுத்தும்போது நமக்கு அவர்கள் கொடுக்கும் கட்டண வருமானம்.

22. பேஸிவ் வருமானம்

பணவீக்கமும், நம் தேவைகளும் தினம் வளர்கிறதே தவிர, வருடத்திற்கு ஒருமுறைகூட நம் வருமானம் வளர்வதில்லை. ஏற்கனவே சொன்னதுதான் - ஒரே ஒரு வருமானத்தை நம்பி இருப்பது வருமானமே இல்லாமல் இருப்பதற்குச் சமம். அதற்காக ஒரே ஆள் இரண்டு இடங்களில் வேலை செய்ய வேண்டும் என்றில்லை. வேலை செய்யாமலும் சம்பாதிக்கலாம். இதற்கு Passive Income என்று பெயர். தினம் அயராது உழைக்கும் அப்பாவிற்கு உதவியாக நம் அம்மாக்கள் டெய்லரிங், மசாலா பொடி, தோசை மாவு, லென்டிங் லைப்ரரி என்று எதையாவது செய்து சம்பாதிப்பார்களே, அது Secondary Income, கூடுதல் வருமானம். வேலை செய்தால்தான் பணம் கிடைக்கும். Passive Income அப்படியல்ல. ஒரே ஒரு முறை ஒரு வேலையைத் தரமாகச் செய்து முடித்து விட்டால் போதும், பணம் வந்து கொண்டே இருக்கும்.

- வீடியோ - ஹிட் உதாரணம் – YouTube. ஒரு வீடியோ எத்தனைமுறை பார்க்கப்படுகிறதோ அவ்வளவு பணம் அதை வெளியிட்டவருக்குக் கிடைக்கும். வீடியோ எடுக்கக் கொஞ்சம் மெனக்கெட வேண்டும். செலவு செய்ய வேண்டும்.

- ஆடியோ - Podcasts – வீடியோவை விட ஆடியோ கொஞ்சம் சுலபம். எஃப்.எம் கேட்டுக் கொண்டிருந்தவர்கள் இப்போது பாட்காஸ்ட் (Podcasts) கேட்டுக் கொண்டிருக்கிறார்கள். நாம் பேசுவதை எத்தனை பேர், எத்தனைமுறை கேட்கிறார்களோ அவ்வளவு பணம் நமக்குக் கிடைக்கும்.

- புத்தகம் - முன்பு அச்சுப் பிரதிகளை மட்டுமே நம்பியிருந்த எழுத்தாளர்கள், இப்போது மின் புத்தகங்கள் (e-books), ஒலிப்புத்தகங்கள் (audio books) வாயிலாகக் கொஞ்சம் நிறைவாகவே சம்பாதிக்கிறார்கள். ஒருமுறை எழுதிய புத்தகம் ஒவ்வொருமுறை வாசிக்கப்படும் போதும், கேட்கப்படும் போதும் எழுதியவருக்கு பணம் வரும்.

- வீடியோ, ஆடியோ, புத்தகங்கள் மட்டுமல்ல. நாம் எடுத்த போட்டோக்கள், இசைக் கோர்வைகள், உருவாக்கிய டிசைன்கள், எழுதிய கம்ப்யூட்டர் கோடிங்கள் என்று எதையும் இணையத்தில் விற்று பணமாக்கலாம். NFT, Metaverse போன்ற அடுத்தக் கட்ட நகர்வுகள் டிஜிட்டல் ஆர்ட்-ல் புதுப் பாய்ச்சலை உண்டாக்கி வருகிறது.

- ஆன்லைன் வகுப்புகள் – கொரோனா காலகட்டத்தில் பிரபலமானது இந்தத் தொழில். பள்ளிகளில் சொல்லிக் கொடுக்கப்படும் பாடம் மட்டுமல்ல, எதையும், யாரும், யாருக்கும் இணையம்வழிச் சொல்லித் தந்து பணம் சம்பாதிக்கலாம். புதிய மொழிகள், கம்ப்யூட்டர் ப்ரோகிராமிங், சமையல், இசைக்கருவிகள் வாசிக்க என்று எதை வேண்டுமானாலும் வீடியோ பாடமாகத் தயார் செய்து, அதற்கென்று ஒரு விலையை வைத்து வெளியிடலாம். ஒவ்வொருமுறை அந்த கோர்சை (Courses) யாராவது தேர்ந்தெடுத்துப் படிக்கும் போதும் உரிமையாளருக்குப் பணம் வரும்.

  பணக்குட்டியை எடுத்துக்கொள்வோம் – ‘எளிய மொழியில் தனிநபர் நிதி மேலாண்மை’ – இதுதான் விஷயம். 1) எழுதியதைத் தொகுத்து அச்சுப் புத்தகமாக வெளியிடலாம் 2) மின் புத்தகமாக்கலாம் 3) எழுதியதை அப்படியே வாசித்து ஆடியோவாக ரெக்கார்ட் செய்து பார்காஸ்ட் ஆக வெளியிடலாம் 4) வீடியோ அனிமேஷன்கள், சின்னச் சின்ன க்ளிப்பிங்களை சேர்த்து பின்னணியில் அதே ஆடியோவை ஓடவிட்டு யூடியூப்-ல் ஏற்றலாம் 5) பகுதிப் பகுதியாகப் பிரித்து ‘உங்கள் பணக்குட்டியை வளர்ப்பது எப்படி?’ என்று ஒரு கோர்ஸ் ரெடி பண்ணலாம். இவை அனைத்தையும் ஆங்கிலத்திலும் தயார் செய்தும் வெளியிடலாம். ஒரே ஒருமுறை செய்யப்படும் வேலைக்குப் பல வழிகளில் பணம் வரும்.

- Affiliate Marketing – ஆன்லைன் ஷாப்பிங்-ன் அடுத்தக்கட்ட பாய்ச்சல் இது. வாடிக்கையாளர்களை அதிகப்படுத்த வாடிக்கையாளர்களையே விளம்பரத் தூதர்கள் ஆக்குவது. உதாரணத்திற்கு அமேசான் தளத்தில் இருக்கும் ஒரு பொருள் நம் மூலம் வேறு ஒரு நபருக்கு விற்கப்பட்டால், அந்தப் பொருளின் விலையில் இருந்து ஒரு சிறுதொகையை அமேசான் நமக்குக் கமிஷனாகக் கொடுக்கும். அமேசான் மட்டுமல்ல. உள்நாடு, வெளிநாடு என்று நூற்றுக்கணக்கான ஆன்லைன் ஷாப்பிங் தளங்களில் Affiliate Marketing நடைமுறையில் உள்ளது. சரியான பொருளைச் சரியான ஆட்கள் கண்ணில் படவைப்பது மட்டுமே நம் வேலை. ஒவ்வொருமுறை நம் மூலம் (நமது affiliate லின்க் மூலம்) விற்பனை நடக்கும் போதும் நமக்கு கமிஷன் வந்துகொண்டே இருக்கும்.

பணம் சம்பாதிக்கத் தினம் புதிது புதிதாய் வழிகள் முளைத்துக் கொண்டே இருக்கிறது. தேடலும், ஆர்வமும், உழைப்பும், கொஞ்சம் பொறுமையும் இருந்தால் போதும் - உங்கள் பணக்குட்டி தன்னால் வளரும்.

23. பணப்புழக்கம் பற்றிப் பணக்காரத் தந்தை சொல்வது என்ன?

பணக்குட்டி எழுதக் காரணமாக இருந்த 'Rich Dad Poor Dad' ஆசிரியர் Robert Kiyosaki எழுதிய மற்றுமொரு அருமையான புத்தகம் Cashflow Quadrant. இதில் பணம் சம்பாதிப்பவர்களை 4 வகையாக (Quadrants) பிரிக்கிறார்.

E Quadrant - Employees

காலை 9 மணி முதல் மாலை 6 மணி வரை வேலைக்குச் செல்லும் சம்பாத்தியக்காரர்கள். கூலி வேலைக்குச் செல்பவர்களில் தொடங்கி பன்னாட்டுக் கம்பெனிகளில் CEO-வாக இருப்பவர்கள் வரை இந்த வகையில் அடங்குவர். வேலைக்குச் சென்றால் சம்பளம். அதுவும் வரிப்பிடித்தம் போகத்தான் கைக்கு வரும். எந்நேரமும் வேலை போய்விடும் அபாயம் உண்டு. நமது கல்விமுறை நம்மைத் தயார் செய்வதும் இதற்குத்தான். இந்த வகை ஆட்கள் செல்வந்தர் ஆக உடல்நலம், குடும்பம், காலம் என்று நிறைய இழக்க வேண்டியிருக்கும்.

S Quadrant - Self Employed

சுயத் தொழில் செய்பவர்கள். யார் கீழும் வேலை செய்ய விரும்பாத, பணத்தைவிடச் சுதந்திரத்தை அதிகம் விரும்பும் நானே ராஜா... நானே மந்திரி... டைப் ஆட்கள். திறமையே இவர்களது மூலதனம். ஆடிட்டர்கள், வக்கீல்கள், டாக்டர்கள் தொடங்கி டெய்லர், பிளம்பர் வரை இந்த வகை. சிறு தொழில் முனைவோரையும் இந்த வகையினுள் சேர்த்துக் கொள்ளலாம். வேலை செய்தால் சம்பளம், வேலை செய்யும் வரை சம்பளம். வேலை செய்ய வேண்டுமா, வேண்டாமா என்பது மட்டும் இவர்களது விருப்பம். யாரும் இவர்களைக் கட்டாயப்படுத்த முடியாது.

B Quadrant - Business

சொந்த தொழில் செய்பவர்கள். முதலாளிகள். இவர்களுக்காக வேலை செய்ய தொழிலாளர்கள் இருப்பார்கள். தொழிலாளர்கள் (E Quadrant காரர்கள்) நன்றாக வேலை செய்தால் முதலாளிகளுக்கு நல்ல வருமானம் வரும். தங்களுக்குக் கொடுக்கப்பட்ட வேலையைத் தொழிலாளர்கள் சரியாகச் செய்கிறார்களா என்பதை அவ்வபோது கவனிக்க வேண்டியது மட்டும் முதலாளிகளது பொறுப்பு. மற்ற இரு

வகையினரைவிட நேரமும் செல்வமும் இவர்களிடத்தில் அதிகமிருக்கும். நிர்வாகத்திறன், புத்திசாலித்தனம் அவசியம். சிக்கலான முடிவுகள் பல எடுக்க வேண்டியிருக்கும். ரிஸ்க் உண்டு.

I Quadrant - Investors

பிறரது தொழிலில் முதலீடு செய்பவர்கள். அடுத்தவரது உழைப்பு இவர்களது மூலதனம். இவர்களாக எந்த வேலையும் செய்ய வேண்டியதில்லை, யாரையும் வேலை வாங்க வேண்டியதும் இல்லை. சரியாக வேலை நடக்கும், திறமையான நிர்வாகம் இருக்கும் தொழில்களாகப் பார்த்து முதலீடு செய்தால் போதும். பணம் வந்துகொண்டே இருக்கும்.

எந்த ரிஸ்க்கும் எடுக்க விரும்பாத, சீக்கிரம் செட்டில் ஆக விரும்பும் comfort zone-ஐ safe zone ஆக நினைப்பவர்கள் முதல் இரண்டு வகையைச் சேர்ந்தவர்கள். “நன்றாகப் படி, நல்ல வேலையில் சேர், சம்பளம் வாங்கு, லோனில் வீடு, கார் என்று வாங்கி சீக்கிரம் செட்டில் ஆகு” இதுவே இவர்களது சித்தாந்தம். இதையே தங்களது பிள்ளைகளுக்கும் சொல்லிக் கொடுப்பார்கள். ரிஸ்க் இல்லை என்று நினைத்து அவர்கள் செய்யும் காரியங்கள் அனைத்திலுமே ரிஸ்க் இருக்கும். ஒரே ஒரு சிறிய பிரச்சனை மொத்தத்தையும் காலி செய்துவிடும்.

அடுத்த இரு வகையினர் comfort zone தாண்டிச் சிந்திப்பவர்கள். பணம் சம்பாதிக்க ஒரு வழி இல்லாமல் பல வழிகளை உருவாக்கிக் கொள்பவர்கள். துணிந்து ரிஸ்க் எடுப்பவர்கள். உண்மையில் வாழ்க்கையை ஜெயித்தவர்கள் காலமெல்லாம் அடுத்தவருக்காக வேலை செய்து சொற்ப பென்ஷனில் மீதி வாழ்க்கை கழிப்பவர்கள் அல்ல, இவர்களே என்கிறார் கியோசாக்கி.

சிவில் இன்ஜினியர் ஒருவரை உதாரணமாக எடுத்துக் கொள்வோம். ஒரு நிறுவனத்தில் வேலை செய்து கொண்டே (E) freelancer ஆக தனிப்பட்ட முறையில் வெளி வேலைகளையும் எடுத்து செய்யலாம் (S). தன் துறை சார்ந்த ஆட்களைச் சேர்த்து ஒரு நிறுவனத்தைத் தொடங்கலாம் (B). தன் துறை சார்ந்த பிற நிறுவனங்களில் முதலீடும் செய்யலாம். அவர் துறை தான் என்றில்லை ஆர்வம் இருந்தால் பிற துறைசார்ந்த தொழில்கள் பற்றித் தெரிந்து கொண்டு அதிலும் முதலீடு செய்யலாம். எந்தவகை ஆட்களாக இருந்தாலும் கொஞ்சம் முயற்சி செய்து comfort zone ஐ விட்டு வெளியே வந்தால், கொஞ்சம் கொஞ்சமாக Investor என்ற இலக்கை அடைய முடியும்.

மனமிருந்தால் மார்க்கபந்து!

24. நாம் இல்லாத போது உதவுவது 'நாமினி'

அதிகம் கவனிக்கப்படாத, ஆனால் அவசியம் அனைவரும் தெரிந்து வைத்துக்கொள்ள வேண்டிய விஷயம் - NOMINEE

இயற்கையோ, விபத்தோ 'மரணம்' ஒருவருக்கு எப்போது வேண்டுனாலும் நிகழலாம். அப்படி ஒருவர் இறக்கும்போது வெளியே தெரிந்த அவரது சொத்துக்கள் வாரிசுதாரர்களுக்குச் சட்டப்படிப் பிரித்துத் தரப்படும். ஓகே. வெளியே தெரியாத, இறந்தவருக்கு மட்டுமே தெரிந்த சொத்துக்கள்?

2020 டிசம்பர் கணக்குபடி இந்தியாவில் வங்கி சேமிப்புக் கணக்கு, இன்சூரன்ஸ் ஆகிய இரண்டு துறைகளில் மட்டும் இதுவரை கேட்பார் இல்லாமல் கிடக்கும் தொகை மொத்தம் எவ்வளவு தெரியுமா - ஒன்னேகால் லட்சம் கோடி மட்டுமே (1,24,356 Crores). இது 2018 கணக்கை விட 1.7 மடங்கு அதிகமாம்.

முதலீட்டுக்கணக்கள் (மியூசுவல் ஃபண்டு, ஷேர் மார்க்கெட்), போஸ்ட் ஆபீஸ், பாண்டு பத்திரங்கள், பி.எஃப் பணம், அடுத்தவரிடம் கொடுத்து வைத்த பணம், அடுத்தவருக்குக் கொடுக்க வேண்டிய பணம், சீட்டு போட்ட பணம், அடகு வைத்திருக்கும் தங்கம் உள்ளிட்டவை என்று இறந்தவருக்கு மட்டுமே தெரிந்த ரகசியம் அவருடனேயே மண்ணோடு மண்ணாகி விடுகிறது.

சேமிப்பு, முதலீடு, இன்சூரன்ஸ் என்று எதைத் தொடங்கினாலும் நம் காலத்திற்குப் பிறகு அந்தப் பணம் யாருக்கு (Nominee) என்பதை முறையாக எழுதிக் கொடுத்துவிட வேண்டும். நாமினி இல்லாத கணக்குகளில் இருந்து பணத்தை மீட்பது சிரமம்.

அடுத்தபடியாக உயில். இன்னாருக்கு இது என்று தெளிவாக எழுதி வைத்துவிட வேண்டும். உயிலில் 'இந்தக் கணக்கில் இருக்கும் பணம் இன்னாருக்கு' என்று இருந்தால் நாமினி அந்தப் பணத்திற்குப் பாதுகாவலர் மட்டுமே. உயிலில் இல்லையென்றால் பணம் நாமினிக்குச் சொந்தம்.

அடுத்து - என்னதான் ரகசியமாக இருந்தாலும் பண விவகாரங்களை இணையிடம் சொல்லி வைக்க வேண்டும். குறிப்பாகப் பெண்கள் 'எல்லாம் அவரு பாத்துப்பாரு' என்று இருந்துவிடக்கூடாது. பின்னாட்களில் பெரும் சிக்கலாகிவிடும், ஜாக்கிரதை!

25. உறுதிமொழி – நான் அபராதம் கட்ட மாட்டேன்

பெனால்டி, ஃபைன், லேட் ஃபீஸ், ஓவர் லிமிட் ஃபீஸ், டிரான்சாக்ஷன் சார்ஜ், அடிஷனல் சார்ஜ், ஷிப்பிங் சார்ஜ், சர் சார்ஜ் – என்ன ஆனாலும் சரி நாம் கட்ட வேண்டிய தொகை தாண்டி ஒரு பைசா கூட அதிகம் கொடுத்துவிடக்கூடாது என்பதில் உறுதியாக இருந்தாலே நிறைய பணத்தை மிச்சப்படுத்தலாம்.

கரெண்ட் பில், செல்போன் பில், கிரெடிட் கார்டு பில், கேபிள் பில், இன்டர்நெட் பில், கடன் வாங்கியிருந்தால் EMI என்று நமக்கு வரும் அத்தனை பில்-களுக்கும் குறைந்தபட்சம் 15 நாட்கள் வரை கெடு கொடுக்கிறார்கள். கடைசி நாள் வரை காத்திருக்காமல், கெடு முடிவதற்குள் பில்லைக் கட்டிவிட வேண்டும்.

எக்கச்சக்க 'சார்ஜ்களை' போட்டு நம்மைப் பாடாய்ப்படுத்துவதில் வங்கிகளுக்குத் தான் முதல் இடம். கணக்கு வைத்திருக்கும் வங்கிகளில் எதற்கெல்லாம் கட்டணம் வசூல் செய்கிறார்கள் என்பதை முதலில் தெரிந்துகொள்ள வேண்டும் – மினிமம் பேலன்ஸ் எவ்வளவு இருக்க வேண்டும், வருடாந்தர பராமரிப்பிற்கென்று எதுவும் கட்டணம் இருக்கிறதா? பிற ஏ.டி.எம்-களில் எத்தனை முறை பணம் எடுக்கலாம், டிடி-க்கு எவ்வளவு? அடுத்தவன் நமக்குக் கொடுத்த செக் பவுன்ஸானால் நாம் எவ்வளவு ஃபைன் கட்ட வேண்டும்? EMI / e-Mandate போட்டு வைத்து அது தவறினால் அதற்கு சார்ஜ் எவ்வளவு? என்று அத்தனையையும் தெரிந்துவைத்துக்கொள்ளுதல் நலம்.

கிரெடிட் கார்டு பயன்படுத்துபவர்கள் - பில்லைக் கட்டத் தவறினால் அல்லது பில்லில் முழுத் தொகையையும் கட்டாமல் Minimum Due மட்டும் கட்டினால் பாக்கிப் பணத்திற்கு வட்டி எவ்வளவு, வட்டி எப்படிக் கணக்கிடப்படுகிறது, அவசரத்திற்க்கு கிரெடிட் கார்டை வைத்து ஏ.டி.எம்-ல் பணம் எடுத்திருந்தால் அதற்கு எவ்வளவு வட்டி போன்ற விபரங்களைத் நமக்குத் தெரிய வேண்டும்.

அனைத்து வங்கிகளிலும் நெட்பேங்கிங் மற்றும் மொபைல் பேங்கிங் வசதி உள்ளது. சிரமம் பார்க்காமல் அவற்றைப் பயன்படுத்தக் கற்றுக்கொள்ள வேண்டும். கற்றுக்கொள்வதும் சுலபம். கொஞ்சம் முயற்சி எடுத்துச் சுதாரிப்பாக இருந்தாலே பல தண்டக் கட்டணங்களில் இருந்து தப்பித்துவிடலாம்.

26. நம்மில் சிலரால் பணக்காரனாகவே முடியாது

நம்மைப் பணக்காரன் ஆகவிடாமல் தடுக்கும் சிந்தனைகள் எவை தெரியுமா?

1. 9-5 கடுமையாக உழைப்பது மட்டும் போதும் என்று நினைக்கிறோம்.
2. குடும்பச் சூழல், சமூகப் பார்வை, உடன் இருப்போரது தேவைக்காகப் பிடிக்காத வேலையில் இருக்கிறோம்.
3. அறிவுரை என்ற பெயரில் யார் எது சொன்னாலும் சரி என்று கேட்டுக்கொள்கிறோம்.
4. சேமிப்பு மட்டும் போதும் என்று நினைக்கிறோம். முதலீட்டைத் தவிர்க்கிறோம். ரிஸ்க் எடுக்கத் தயங்குகிறோம்.
5. பணக்காரன் ஆக அதிர்ஷ்டம் வேண்டும் என்று நினைக்கிறோம்.

9-5 மட்டும் உழைத்து பணக்காரன் ஆக முடியாது. உண்டியலில்/ வங்கிக் கணக்கில் பணத்தைச் சேர்ப்பதாலும் பணக்குட்டி வளராது. நாம் உழைத்தால் நம் முதலாளி பணக்காரன் ஆகலாம். நாம் பணக்காரன் ஆக நம்மைவிட நம் பணம் அதிகம் உழைக்க வேண்டும், 365 நாட்களும், 24 மணிநேரமும். அதற்குச் சேமிப்புடன் பணத்தைச் சரியான இடங்களில் முதலீடும் செய்ய வேண்டும்.

பிடிக்காத வேலையில் இருப்பதால் காலமும், மன உறுதியும், வாழ்க்கையின் மேல் உள்ள பிடிப்பும்தான் குறையுமே தவிர, நிதி நிலைமை மாறாது. நாம் செய்யும் வேலை நல்ல வருமானத்துடன் மனநிம்மதியையும் தர வேண்டும். நல்ல காலமும், அதிர்ஷ்ட்ட தேவதையின் ஆசியும் வேண்டும்தான். ஆனால் நல்ல வாய்ப்பு ஒன்று நம்மைத் தேடி வரும்போது அதை எதிர்கொள்ள நாம் தயாராக இருக்க வேண்டும். நிம்மதி தராத வேலை அதிர்ஷ்டத்தையும் தராது.

நம்மைவிட அதிபுத்திசாலி, அடிமுட்டாள் இருவருமே அறிவுரை என்ற பெயரில் நம்மைக் குழப்பிவிடுவார்கள். யாரிடம், எதற்காக அறிவுரை கேட்கிறோம் என்பது முக்கியம். அதைவிடத் தெரியாததைக் கற்றுத் தெரிந்துகொள்வதில் ஆர்வம் இருப்பது அவசியம்.

27. தவிர்க்க வேண்டிய பணத்தவறுகள்

பண விஷயத்தில் செய்யவே கூடாத தவறுகள்

- *வயது வாரியாகப் பார்ப்போம் - 20-களில் சம்பாதிக்கத் தொடங்கியவுடன் சேமிக்காமல் விடுவது, சேமித்த பணத்தைச் சரியான இடங்களில் முதலீடு செய்யாமல் இருப்பது, 30-களில் மாதச்சம்பளம் தாண்டிய வருமானம் இல்லாமல் இருப்பது, 40-களில் கடன்களை முழுவதுமாக அடைக்க எந்த முயற்சியும் எடுக்காமல் இருப்பது, 50-களில் ஓய்வுக் காலத்திற்கான திட்டமிடல் ஏதுமில்லாமல் இருப்பது*
- *கிரெடிட் ஸ்கோர் பற்றிய புரிதல் இல்லாமல் இளவயதிலேயே கிரெடிட் கார்டு, கார் லோன் போன்ற மோசமான கடன்களில் சிக்கிக் கொள்வது*
- *சரியான நிதி திட்டமிடல், பட்ஜெட் இல்லாமல் ஒவ்வொரு மாதக் கடைசியிலும் ஒன்றாம் தேதியை எதிர்நோக்கிக் காத்திருப்பது*
- *போனஸ் பணம், வராக் கடன் போன்ற வரவுகளைப் புத்திசாலித்தனமாக முதலீடு செய்யாமல் ஓசிப் பணமென நினைத்துச் செலவழித்தே அழிப்பது.*
- *அதிக வட்டிக்கு ஆசைப்பட்டு முதலீடு என்ற நினைத்து மோசடித் திட்டங்களில் (Ponzi Schemes) பணத்தைப் போட்டு ஏமாறுவது*
- *சொந்தம், நட்பு, குடும்பத்தினரது அழுத்தம், பேராசை போன்ற காரணங்களால் தவறான ஆட்களுக்குக் கடன் கொடுத்து ஏமாறுவது.*
- *சொந்தபந்தம், பக்கத்து வீட்டுக்காரர், உடன் வேலை செய்பவர் உயர்வாக நினைக்க வேண்டும் என்பதற்காகவே வீண் ஆடம்பரச் செலவுகளைச் செய்வது, தேவையில்லாத பொருட்களை வாங்குவது.*
- *வெற்றுப் பெருமைக்காக வாழ்நாள் சேமிப்பையெல்லாம் கொட்டித் திருமணம் செய்வது, செய்து வைப்பது.*
- *குடும்பத்தினரைப் பண விவகாரங்களில் ஈடுபடுத்தாமல் விடுவது.*

28. சொத்து – கடன் = நிகர சொத்து மதிப்பு

நிறுவனங்கள், பெரும் செல்வந்தர்கள் மட்டுமல்ல; ஒவ்வொரு தனிநபரும் வருடத்திற்கு ஒரு முறையாவது தங்களது நிகர மதிப்பைக் (NET WORTH) கணக்கிட்டு தெரிந்து வைத்துக்கொள்ள வேண்டும். தனிநபர் ஒருவரது சொத்துக்களில் (ASSETS) இருந்து கடன்களைக் கழித்தால் (LIABILITIES) வருவது நிகர மதிப்பு (NET WORTH)

நம்மிடம் இருக்கும் கையிருப்புப் பணத்தில் தொடங்கி, வங்கிக் கணக்கில் இருக்கும் பணம், சொந்த வீடு / காலி இடம் இருந்தால் அதன் சந்தை மதிப்பு, தங்கம், பங்குச்சந்தை உள்ளிட்ட முதலீடுகள், ஓய்வுக் காலத்திற்காகச் சேர்த்து வைத்திருக்கும் பணம் போன்றவை நிலையான சொத்துக்கள் (FIXED ASSETS). கார், பைக் உள்ளிட்ட வாகனங்கள், டி.வி, செல்போன் போன்ற சாதனங்கள் காலப்போக்கில் மதிப்பு குறைந்து கொண்டே போகக் கூடிய தேய்மானச் சொத்துக்கள் (DEPRECIATING ASSETS). நிகர மதிப்பைக் கணக்கிடும் போது அவற்றின் அன்றைய மதிப்பைக் கணக்கில் எடுத்துக்கொள்ள வேண்டும்.

LIABILITIES என்றால் பொறுப்புகள். அடுத்தவருக்கு நாம் கொடுக்க வேண்டிய பணம், வீட்டுக்கடன், வாகனக் கடன், கல்விக்கடன், அடமானக் கடன், பெர்சனல் லோன், க்ரெடிட் கார்டுகளில் உள்ள நிலுவைத் தொகை - இவையனைத்தும் கடன் பொறுப்புகள். கடன்கள் குறைந்து சொத்துக்கள் அதிகரித்தால் அது வளர்ச்சிக்கான அறிகுறி. இதுவே சொத்துக்களில் பெரிய ஏற்றம் இல்லாமல் கடன்கள் மட்டும் அதிகரித்துக்கொண்டே போனால் அது வரப்போகிற மிகப்பெரிய நிதி நெருக்கடிக்கான அறிகுறி. கடன்களை அடைக்கச் சொத்துக்களை விற்க வேண்டிய சூழல் ஏற்படலாம்.

முதலீட்டு உலகின் முடிசூடா மன்னர் வாரன் பஃபெட் (warren buffett) சொன்ன பிரபலமான வாக்கியம் இது – If you buy things you do not need, soon you will have to sell things you need

29. முதலீட்டில் ஒதுக்கீடு விகிதம் (Asset Allocation)

சேமிப்பைப் பற்றி நம்மாட்களுக்குச் சொல்லித் தர வேண்டியதில்லை. அப்படி இப்படி மிச்சம்பிடித்துச் சேர்த்து விடுவார்கள். ஆனால் குறுகிய காலத்தில் குறுக்குவழிகளில் பெரும் பணம் சம்பாதிக்கும் பேராசையில் சேர்த்த பணத்தையெல்லாம் கண்டவரையும் நம்பி கண்ட திட்டங்களில் போட்டு ஏமாந்து விடுவார்கள். இப்படி ஏமாறுவதும், மொத்த சேமிப்பையும் கொண்டு போய் ஒரே இடத்தில் முடக்குவதும் ஒன்றுதான்.

நடுத்தர வர்க்கத்தினரது பேவரிட் முதலீடு வங்கி வைப்புநிதி (FD). பணவீக்கத்தைத் தாண்டிய வருமானம் FD-ல் கிடைக்கவே கிடைக்காது. அடுத்ததாகத் தங்கம். தங்கத்தின் மதிப்பு நிச்சயம் உயரும். ஆனால் செய்கூலி, சேதாரம், GST, பாதுகாப்பு என்று மேல்செலவு அதிகம். சிலருக்கு நிலம்தான் தங்கம். நிலத்தின் விலையில் நிலையான ஏற்றம் இருக்காது, அவசரத்திற்கு விற்றுக் காசாக்க முடியாது. இப்படி ஒவ்வொரு முதலீட்டு வகையிலும் நிறை, குறைகள் உண்டு. ஆக என்னதான் செய்வது?

முதலீட்டுப் பரவலாக்கம் (ASSET DIVERSIFICATION) - ஒரே இடத்தில் நம் பணத்தை முடக்காமல் வெவ்வேறு குணமுடைய சொத்துப் பிரிவுகளில் (ASSET CLASS) பிரித்து முதலீடு செய்ய வேண்டும். பணம் (CASH) - கையில் இருக்கும் ரொக்கம், அக்கவுண்டில் இருக்கும் பணம் ஒரு பிரிவு. நிலையான (ஆனால் குறைவான) வருமானம் தரக்கூடிய வங்கி FD, RD ஒரு பிரிவு. தங்கம், வெள்ளி, கச்சா எண்ணை - கமாடிட்டி (COMMODITY) பிரிவு. நிலம், வீடு, கடை, கோடவுன் - ரியல் எஸ்டேட் (REAL ESTATE) பிரிவு. ஷேர்ஸ், மியூசுவல் ஃபண்ட்ஸ் - ஈக்விட்டி (EQUITY) பிரிவு. கடன் பத்திரங்கள், காப்பரேட் பாண்டுகள் – கடன் (DEBT) பிரிவு. PF, NPS, NSC போன்றவை தனிப் பிரிவு.

முதலீட்டில், ஒதுக்கீடு விகிதத்தைத் (ASSET ALLOCATION) கணக்கில்கொள்ள வேண்டியது அவசியம். ஒரே பிரிவில் இருந்தாலும், ஒவ்வொரு முதலீட்டு வகைக்கும் ரிஸ்க் அளவு மாறுபடும். நமது ரிஸ்க் எடுக்கும் திறனுக்கேற்ப வெவ்வேறு பிரிவுகளில் நமது முதலீடுகளை வெவ்வேறு அளவுகளில் ஒதுக்கீடு செய்துகொள்ள வேண்டும். இப்படி பிரித்துச் செய்யப்படும் முதலீட்டுக் கலவையில் (PORTFOLIO) ஒன்று விழுந்தாலும் மற்றொன்று காப்பாற்றும். நஷ்டத்தைக் குறைக்கும். ஓரளவு நிலையான வருமானத்தைப் பெற முதலீட்டு பரவலாக்கம், முதலீட்டு ஒதுக்கீடு இரண்டும் அவசியம்.

30. பணக்காரன் Vs செல்வந்தன்

பணக்காரன் ஆவது சுலபம். ஆனால் செல்வந்தனாக வாழ்வது கடினம். இரண்டும் ஒன்றுதானே என்று நினைப்பவர்களுக்குச் சில உதாரணங்கள். (குறிப்பு: பரந்த மனம் உள்ளவனே செல்வந்தன் என்றெல்லாம் உருட்டப் போவதில்லை. இது மனம் அல்ல முழுக்கப் பணம் சம்பந்தப்பட்டதே)

மிகப்பெரிய நிறுவனம் ஒன்றில் நல்ல வேலையில் மாதாமாதம் கைநிறைய சம்பளம் வாங்கி கார், பங்களா, பார்ட்டி, சுற்றுலா என்றிருப்பவன் நிச்சயம் பணக்காரன்தான். சரி, திடீரென்று ஒரு நாள் அவனுக்கு வேலை போனால்? லாட்டரியில் ஒரு கோடி ரூபாய் பரிசு விழுகிறது. திடீர் பணக்காரன் என்று ஊர் சொல்கிறது. கொஞ்சம் கொஞ்சமாக அந்தப் பணம் கரைந்து காலியான பின்னும் அவன் பணக்காரனா?

பிசினஸிற்காக ஒரு கோடி ரூபாய் வங்கியில் கடனாக வாங்குகிறீர்கள். வியாபாரம் வட்டி கட்டும் அளவே இருக்கிறது. நீங்கள் பணக்காரரா? சிந்தித்துப் பார்த்தால் வித்தியாசம் புரியும். பணம் (RICH) வேறு, செல்வம் (WEALTH) வேறு. இருக்கும் பணம் கரைவதல்ல, வளர்வதே செல்வம். நீங்கள் உறங்கும் போதும் உங்கள் பணம் உங்களுக்காக உழைக்க வேண்டும். நிறைவான ஒரு வாழ்க்கையை வாழ நிறைய பணம் அல்ல, வற்றாத செல்வமே தேவை. வெறும் சம்பாத்தியம் அதைச் சாத்தியப்படுத்தாது.

நிறைவான வாழ்வு என்பது நினைத்த நேரத்தில் நினைத்ததைச் செய்யும் சுதந்திரம் இருப்பது. நாளையைப் பற்றிய கவலை இல்லாமல் இருப்பது. கொஞ்சம் முயற்சி செய்தால் இது சாத்தியமே. சேமிப்பு மனப்பான்மையும், நீண்ட கால அடிப்படையிலான திட்டமிட்ட முதலீடுகளும், கடன் இல்லாத, அடுத்தவருக்காக அல்லாமல் தனக்கு எது தேவையையோ அது மட்டும் போதும் என்ற வாழ்க்கை முறையும் கைக்கூடினாலே போதும் யாரும் செல்வந்தர் ஆகலாம்.

31. சிக்கன வாழ்வு (Frugal Living)

சிக்கனம் என்பதைச் சிலர் கஞ்சத்தனம் என்று தவறாகப் புரிந்துகொள்கிறார்கள். சிக்கனம் வேறு கஞ்சத்தனம் வேறு.

சிலருக்குச் சில விஷயங்கள் தேவையாக இருக்கலாம். அதுவே சிலருக்கு ஆடம்பரமாகத் தெரியலாம். எது தேவையோ அதுவே தர்மம்.

பெரும் கடனில் இருப்பவர்கள் செலவுகளை நெருக்கிப்பிடித்தால் மட்டுமே தப்பிக்க முடியும். அனைவரும் அப்படி இருக்க வேண்டிய அவசியம் இல்லை. அவசரகால நிதி, குடும்பத்தில் அனைவருக்கும் இன்சூரன்ஸ், தேவையான அளவு முதலீடு எல்லாம் சரியாய் நடக்கும் போது, கேளிக்கைகளை ஒதுக்கி வைக்க வேண்டிய அவசியம் இல்லை. குடும்பத்திற்காக மட்டுமல்லாமல் கொஞ்சம் நமக்காகவும் வாழ்வதில் தவறில்லை. ஓடி ஓடி உழைத்து தினம் நாளைக்கு என்று ஒதுக்கிவைக்காமல் கொஞ்சம் இன்றைக்கும் வாழலாம். குறிப்பிட்டு இதைச் சொல்ல காரணம் உண்டு.

மிச்சம் பிடிக்கிறேன் என்ற பெயரில் சிலர் பெரும் ஆபத்தான காரியங்களில் ஈடுபடுவார்கள். உடலுக்கு ஏதாவதென்றால் டாக்டரிடம் போகாமல் மெடிக்கலில் போய் தங்களுக்குத் தெரிந்த மாத்திரைகளை வாங்கிப் போட்டுக் கொள்வார்கள் அல்லது முன்பு காய்ச்சல் வந்த போது டாக்டர் எழுதிக் கொடுத்த சீட்டைக் காட்டி மருந்து வாங்கிப் போட்டுக் கொள்வார்கள்; வீட்டில் இருப்பவர்களுக்கும் வாங்கிக் கொடுப்பார்கள், 'அவன்ட்ட போனாலும் இதையேத்தான் எழுதிக் கொடுப்பான்' என்று 200 ரூபாயை மிச்சப்படுத்த நினைத்து சாதா பிரச்சனையைப் பெரும் பிரச்சனையாக்கி 2000ரூ., 20,000 ரூ. என்று தண்டம் அழுவார்கள். எலெக்டரிக்கல் வேலை, பிளம்பிங், பெயிண்டிங், கொத்தனார் வேலையெல்லாம் பழக்கமும், நேரமும் இருந்தால் செய்யலாம். காசை மிச்சப்படுத்துகிறேன் என்று அரைகுறையாக எதையாவது செய்தால் ஒன்றுக்கு மூன்றாகச் செலவு இழுத்து வைக்கும். செலவாளிகளுக்கும் இவர்களுக்கும் பெரிய வித்தியாசம் இல்லை. உரிய வேலையை உரிய நபர்களை வைத்து உரிய நேரத்தில் செய்தால் பிரச்சனைகளை மட்டுமல்ல பெரிய செலவுகளையும் தவிர்க்கலாம். தகுதியை மீறிய செலவு, தேவைக்கு மீறிய சிக்கனம் இரண்டுமே ஆபத்துதான்.

32. பணம் பற்றிய எதிர்மறை எண்ணங்கள்

நம் வாழ்க்கையில் இருக்கும் பிரச்சனைகள் அனைத்திற்கும் பொதுவாக மூன்றே காரணங்கள்தான் இருக்கும். பணம் (Financial Wealth), நாம் உண்ணும் உணவு (Health Wealth), நாம் பழகும் ஆட்கள் (Social Wealth). இந்த மூன்றுடன் சேர்ந்து நான்காவதாக நேரமும் (Time Wealth) சரியாக இருந்தால் பல பிரச்சனைகளைத் தவிர்த்துவிடலாம். பணம் சம்பாதிக்க (இழக்கவும்) முன்பைவிட இப்போது அதிக வழிகள் இருந்தாலும் பணம் பற்றிய சில பொதுவான எதிர்மறை எண்ணங்கள் மட்டும் மாறவே இல்லை.

1. பெரும் பணம் ஆபத்து. நிறைய பணம், நிறைய பிரச்சனைகள்.
2. பணக்காரர்கள் அனைவரும் கெட்டவர்கள். சுயநலவாதிகள். நேர்மையாகச் சம்பாதிப்பவர்களால் பெரும் பணம் சேர்க்க முடியாது. அடுத்தவரை ஏமாற்றாமல் பணக்காரன் ஆக முடியாது.
3. பணம் என் நிம்மதியைக் கெடுத்துவிடும். அளவான பணம் இருந்தால்தான் நிறைவான வாழ்க்கையை வாழ முடியும்.
4. என்னால் இவ்வளவுதான் சம்பாதிக்க முடியும். பணம் மீது எனக்கு ஆசை இல்லை. எனக்கு இவ்வளவு பணம் போதும்.
5. பணம் என் நிம்மதியைக் கெடுத்து விடும். அளவான பணம் நிறைவான வாழ்க்கை.
6. பணம் இருப்பதே செலழிக்கத்தானே! பணத்தைச் சேமித்து என்னவாகப் போகிறது?
7. முதலீடு பணக்காரர்கள் விளையாட்டு. நிறைய பணம் வேண்டும். சிறியளவு பணத்தை முதலீடு செய்தால் உள்ளதும் போய்விடும்.
8. எனக்கு மட்டும் லாட்டரி அடித்தால்..!

பணத்தை வென்றவர்கள், பணத்தைத் தங்களது அடிமையாக வைத்திருப்பவர்கள் எவருமே இப்படி ஒரு நாளும் பேச மாட்டார்கள். இப்படிப் பேசித் திரிபவர்கள் யார் என்று பார்த்தால் ஒன்று பணம் பண்ணத் தெரியாத சோம்பேறிகளாக இருப்பார்கள் அல்லது பணம் வைத்திருப்பவர்களைப் பார்த்து பொறாமைபட்டு புறம்பேசி காலத்தை ஓட்டுபவர்களாக இருப்பார்கள் அல்லது சிரமப்பட்டு சம்பாதித்தப் பணத்தைப் பேரசையினால் குறுக்குவழிகளில் ஏமாந்தவர்களாக இருப்பார்கள்.

பணம் ஒதுக்கி வைக்க வேண்டிய விஷயம் அல்ல. பக்கத்திலேயே பழக்கப்படுத்தி வைத்துக்கொள்ள வேண்டிய கலை. அதிகப் பணம் ஆபத்தல்ல - அரண்! பணம் சம்பாதித்து நன்றாக வாழ வேண்டும், சமுதாயத்தில் நல்ல நிலையை அடைய வேண்டும் என்பதெல்லாம் பேராசை அல்ல, உழைப்பவர் உரிமை. இன்னாருக்கு இவ்வளவுதான் என்று பணம் ஒதுங்கி நிற்காது. நாம்தான் கண்டதையும் யோசித்துக் குழம்பி, பணத்தை அடைவதற்கான சரியான முயற்சிகளை எடுக்காமல் குறுக்கு வழிகளில் பணத்தை அடைய முயற்சித்து தோற்று, நமது கையாளாகாதனத்தை மறைத்து, பழியைப் பணத்தின்மீது போட்டு விடுவோம்.

பணம் தானாக எதுவும் செய்யாது. தானாக நம்மிடம் வராது. தானாக வளராது, நாம்தான் அதற்காக உழைக்க வேண்டும். சரியான இடங்களில் முதலீடு செய்ய வேண்டும். அதுபோல தானாகப் பணம் எந்தத் தீங்கும் செய்யாது. பணம் வந்த பிறகு அந்தப் பணத்தை வைத்து நாம் என்ன செய்கிறோம் என்பதில் தான் நல்லதும், கெட்டதும் இருக்கிறது. சேமிக்கக் காரணம் தேவையில்லை. முதலீடு செய்ய அதிகப் பணம் தேவையில்லை. மாதம் வெறும் 500 ரூபாய் முதலீடு செய்தாலும் போதும், பணம் சிறுகச் சிறுக பன்மடங்கு வளரும். பணம் பற்றிய எதிர்மறை எண்ணம் இருப்பவரிடம் பணம் சேராது. அதற்காக சதாசர்வக்காலமும் பணம் பற்றியே சிந்தித்துக் கொண்டிருக்க வேண்டும் என்ற அவசியம் இல்லை. பணம் குறித்த பயம், தயக்கம், குழப்பம், வெறுப்பு இல்லாமல் இருந்தாலே போதும்.

கொஞ்சம் உழைப்பு, கொஞ்சம் படிப்பு, கொஞ்சமே கொஞ்சம் புத்திசாலித்தனம் இருந்தால் போதும் - பணம் தானாய் வந்து ஒட்டிக்கொள்ளும்.

33. சுத்தம் பணம் தரும்

இந்தியர்களிடம் மட்டும் என்றல்ல, இந்தப் பழக்கம் உலகளாவியது. சில பொருட்களை தேவை இருக்கிறதோ இல்லையோ, தூக்கிப் போடாமல் பரணில் பத்திரமாகப் போட்டு வைத்திருப்போம். வெளிநாடுகளில் இதற்கென்றே கேரேஜ் (Garage) வைத்திருப்பார்கள். 'என்றைக்காவது தேவைப்படும்' என்று காரணம் சொல்லிக் கொண்டாலும், உண்மையில் பணம் கொடுத்து வாங்கிய பொருட்களை அவ்வளவு சீக்கிரம் வீசி எறிய மனம் வராததே காரணமாக இருக்கும். நாளடைவில் அவை இடத்தை அடைத்துக் கொண்டு, தூசி படிந்து, புதிய பொருட்களுக்கு இடம் கொடுக்காமல் குப்பையாகச் சேர்ந்து கிடக்கும்.

பொருட்களை விடுங்கள். நம் பணம் புழங்கும் இடம் எப்படி இருக்க வேண்டும்? தேவையில்லாத பில்-கள், ஏ.டி.எம் ரெசிப்ட்-கள், காலாவதியான கிஃப்ட் கூப்பன்-கள், மெம்பர்ஷிப் கார்டு-கள் போன்றவை மாதக்கணக்கில் நம் பர்சிலேயே இருக்கும். தேவையான, பத்திரமாக எடுத்து வைக்க வேண்டிய இன்சூரன்ஸ், மெடிக்கல் ஆவணங்கள், கியாரண்டி, வாரண்டி, சர்வீஸ் கார்டுகள், சொத்து, குத்தகை, அடமானப் பத்திரங்களை எங்காவது வைத்து விட்டு தேவையான நேரத்தில் வீடு முழுக்கத் தேடிக் கொண்டிருப்போம். பணம் என்றும் எவரிடமும் Give Respect Take Respect பாலிசியைக் கடைபிடிக்கக் கூடியது. பணம் புழங்கும் இடம் சுத்தமாக இருந்தால்தான் பணம் சேரும். நமது பரண் / கேரேஜ், பர்ஸ், பீரோவை மட்டுமல்ல நம் மனம், உறவுகள், பழக்க வழக்கங்கள், பணப்பழக்கங்கள் அனைத்தையுமே அவ்வப்போது சரிபார்த்துக் கொஞ்சம் ஒழுங்குபடுத்தி வைத்துக் கொள்வது நல்லது.

DECLUTTER என்றால் 'ஒழுங்கு படுத்துதல்' என்று பொருள். ஒரு பொருளை ஒரு வருடத்திற்கு மேலாக நீங்கள் உபயோகிக்கவில்லை என்றால் அது உங்களுக்குத் தேவையில்லாத பொருள் என்று அர்த்தம். லாபம் கொடுக்காத தொழில், முன்னேற்றம் இல்லாத வேலை, வருமானம் தராத முதலீடு, பேசாத சொந்தம், வராக்கடன், தவறு என்று தெரிந்தும் தொடர்ந்து கொண்டிருக்கும் கெட்டப் பழக்கம், வஞ்சம், பகை – இவை அனைத்தையுமே தூக்கி எறிந்துவிட்டு அடுத்தக் கட்டத்திற்கு நகர்வது நம் உடல், மனம், பணத்திற்கு நல்லது. பாரம் என்பது விரும்பி ஏற்றுக்கொண்டதாய் இருக்க வேண்டுமே தவிர, இருக்கிறது என்பதற்காகக் காலத்துக்கும் சுமந்து கொண்டிருப்பதாய் இருக்கக்கூடாது.

34. பள்ளிகள் கற்றுத் தர வேண்டியதும், தராததும்

நம் இளமைப் பருவத்தின் பெரும் பகுதியைப் படிப்பதற்காகச் செலவு செய்கிறோம். ஓகே. ஏன் படிக்க வேண்டும்? இந்தக் கேள்விக்கு எத்தனை பதில்களை யோசித்தாலும் அத்தனையும் 'பணம் சம்பாதிக்க' எனும் ஒற்றைப் பதிலில்தான் வந்து நிற்கும். அப்படி என்றால் நம் பள்ளி / கல்லூரிகளில் பணம் பற்றித் தானே முதன்மையாகக் கற்றுத் தரப்பட வேண்டும்? ஆனால் பள்ளிகள் நமக்கு கற்றுத் தருபவை என்ன?

சொன்ன நேரத்திற்கு வர வேண்டும், சொல்லித் தருவதைப் படிக்க வேண்டும், இதற்கு இதுதான் பதில், இதைத்தான் தேர்வில் எழுத வேண்டும், சரியாக எழுதினால் மதிப்பெண், அடுத்தவரைவிட அதிக மதிப்பெண் எடுத்தால் பரிசு, தவறு செய்தால் தண்டனை.

இதில் பணம் எங்கு வருகிறது? இப்படிப் படித்து வளர்ந்து, வெளியே வரும் நாம் அடுத்து என்ன செய்கிறோம்? - ஒரு வேலையில் சேருகிறோம். அங்கு என்ன நடக்கிறது? சொன்ன நேரத்திற்கு வர வேண்டும், சொல்லித் தருவதைச் செய்ய வேண்டும், இதற்கு இதுதான் தீர்வு, அதைத்தான் செய்ய வேண்டும், சரியாகச் செய்தால் சம்பளம், அடுத்தவரைவிட அதிகம் செய்தால் போனஸ் / ப்ரமோசன், தவறு செய்தால் டிஸ்மிஸ் - நமது கல்விமுறை நம்மை இறுதிவரை கூலியாக இருக்கவே தயார்படுத்தி அனுப்புகிறது.

உண்மையிலேயே நம் மேல் அக்கறை இருந்தால் - நிதி மேலாண்மை (Finance), நேர மேலாண்மை (Time Management), சேமிப்பு (Savings), முதலீடு (Investments), கூட்டுவட்டி (Compound Interest), விற்பனை (Sales), சந்தைப்படுத்துதல் (Marketing), தலைமைப் பண்புகள் (Leadership), பேரப்பேச்சு (Negotiation), சட்டம் (Constitution) முக்கியமாகப் பங்குச்சந்தை (Share Market), வரி (Taxes), கடன் (Loans), Microsoft Excel – இவையனைத்தையும்தான் நம் பள்ளிகள் நமக்குக் கற்றுத் தர வேண்டும். ஆனால், இவற்றைத் தெரிந்துகொண்டால் அடுத்தவருக்கு வேலை செய்யாமல் நமக்காக வேலை செய்யத் தொடங்கிவிடுவோம் என்பதால் கற்றுத்தர மாட்டார்கள். இங்கு எல்லா வேலைகளையும் செய்ய ஆட்கள் தேவை. ஆனால் யார் என்ன வேலையைச் செய்ய வேண்டும் என்பதைப் பணம்தான் தீர்மானக்கிறது. இந்த ஜாதி, மதம், நிறம், மொழி, இனம், கௌரவம், பிரிவினையெல்லாம் எங்குச் சுற்றினாலும் ஓரிடத்தில்தான் வந்து நிற்கும். அது – பணம்.

35. ஏழைக்குச் செலவு அதிகம்

பணக்காரர்களைவிட ஏழைகள் தினம் அதிகப் பணம் செலவழிக்க வேண்டியிருக்கிறது என்று சொன்னால் நம்ப முடிகிறதா?

இந்த உலகம் பணக்காரர்களுக்கானது. நாட்டின் பட்ஜெட் பணக்காரர்களை மனதில் வைத்தே தீர்மானிக்கப்படுகிறது. படிப்படியாக வெவ்வேறு நிலைகளில் பணம் உள்ளவர்களுக்கான சாதகங்களே இங்கு அதிகம். சில உதாரணங்கள் மூலம் இதைப் புரிந்துகொள்ளலாம்.

கொஞ்சம் அதிக விலை கொடுத்தால் தரமான பொருள் வாங்கலாம் என்பது தெரிந்த விஷயம்தான். தரமான பொருள் நீண்ட நாட்கள் உழைக்கும் என்பதால் அடிக்கடி வாங்க வேண்டிய தேவை இருக்காது. இதுவே விலையும் தரமும் குறைந்த பொருள் அடிக்கடி பழுதாகும், திரும்பத் திரும்ப வாங்க வேண்டியிருக்கும். உதாரணத்திற்கு 7000 ரூ. ஸ்மார்ட்போனை என்னதான் தங்கமாக வைத்துப் பாதுகாத்தாலும் 1 வருடத்தைத் தாண்டாது. பேட்டரி நிற்காது. டிஸ்ப்ளே போய்விடும். தினம் பஞ்சாயத்து ஆகும். இதுவே கொஞ்சம் அதிக விலை கொடுத்து நல்ல பிராண்ட் போனாக வாங்கினால், அதிக வருடங்களுக்கு உழைக்கும். விலை அதிகம் என்பதால் நாமும் பத்திரமாக வைத்துக்கொள்வோம்.

மாதம் 10,000ரூ. சம்பளம் வாங்குபவனுக்கு 1000ரூ. அதிகமாகக் கிடைத்தால் பெரிய வித்தியாசம் தெரியாது — ஆனால் சம்பளத்தில் 1000ரூ. குறைந்தாலும் அந்த மாத செலவைச் சமாளிக்க முடியாது. சேர்ந்தாற்போல் அடுத்தடுத்துக் குறைந்தால் கடன்காரனாகிவிடுவார்கள்.

ஆயிரம் ரூபாய் வைத்திருப்பவருக்கு அதிகபட்சம் 10 மடங்கு - ரூ.10,000 வரை கடன் கிடைக்கும். அதுவும் மீட்டர் வட்டி, எக்ஸ்பிரஸ் வட்டி என்று வாங்கினால்தான் உண்டு. இதுவே லட்சம் ரூபாய் வைத்திருப்பவருக்கு 50 மடங்கு - 50 லட்சம் வரை 7-8% வட்டிக்குக் கூப்பிட்டுக் கடன் கொடுப்பார்கள்.

அனைவருக்கும் ஒரே மாதிரியான வங்கிச் சேமிப்புக் கணக்குதான். பணமிருந்தால் ஓகே. இல்லையென்றால் மினிமம் பேலன்ஸ் இல்லை, சரியான நேரத்தில் கடன் தவணையைக் கட்டவில்லை, பணமில்லாமல் காசோலை திரும்பிவிட்டது என்று தண்டமாக அபராதத்திற்கு மேல் அபராதமாகக் கட்ட வேண்டும். பணமில்லை என்பதால்தான் பணம் கட்டாமல் விடுகிறோம். அதற்குத் தண்டனையாக மேலும் பணம் கேட்கும் உலகம் இது!

அரிசி பருப்பு என்று அனைவரும் உபயோகிப்பது ஒரே பொருளைத்தான். கொஞ்சம் பணம் இருந்து பொருட்களை மொத்தமாக வாங்கினால் தரம் அதிகம், விலை கம்மி. அதையே சில்லைரையாக அவ்வபோது வாங்கினால் விலை அதிகம், தரமும் வாங்கும் இடத்தில் நமக்கு மதிப்பும் குறைவு.

செல்போன் ரீசார்ஜ் - 50 ரூபாயிக்கு டாப் அப் செய்தால் 37 ரூபாய்க்கு பேசமுடியும். வேலிடிட்டி கிடையாது. அதுவே 455 ரூபாய்க்கு ரீசார்ஜ் செய்தால் அனைத்தும் அன்லிமிடட், 3 மாதத்துக்கு!

அனைவருக்கும் ஒரே பெட்ரோல், ஒரே ரோடுதான். ஆனால் பணமில்லாதவன் வண்டி பெரும்பாலும் ரிசர்வில்தான் ஓடும்.

யார் வேண்டுமானாலும் எவ்வளவு பணத்தை வேண்டுமானாலும் எதில் வேண்டுமானாலும் முதலீடு செய்யலாம். ஆனால் 10,000 ரூபாயை முதலீடு செய்து 25% வருவாய் கிடைத்தாலும் லாபம் வெறும் 2,500 ரூபாய் தான். அதுவே 1 லட்சத்தை முதலீடு செய்து வெறும் 10% கிடைத்தாலும் லாபம் 10,000 ரூபாய்! பணத்தைப் பெருக்கவும் இங்குப் பணம் தேவை. பணம் இருப்பவன் சிந்தித்து நிதானமாகச் சரியான இடங்களில் முதலீடு செய்து நிலையான வருமானத்தைப் பெறுவான். பணம் இல்லாதவன் குறுக்கு வழியில் பணத்தைத் தேடி உள்ளதையும் தொலைப்பான். சீட்டு கம்பெனி, MLM திட்டங்கள், ரியல் எஸ்டேட், ஷேர் மார்க்கெட் சூதாட்டம் என்று ஏமாறுபவர்களில் பெரும்பாலானவர்கள் எப்படியாது முன்னேறிவிட மாட்டோமா என்று தவிக்கும் பணம் இல்லாதவர்களே.

1000 கோடி வருமானம் உள்ளவர்கள் வரி என்று ஒரு பைசா கட்டாமல் இருக்கச் சட்டப்படி வழிகள் உண்டு. அதுவே அன்றாடங்காட்சியாக இருந்தாலும் GST, தொழில்வரி, சொத்துவரி, டோல்கேட் கட்டணம் என்று எந்த வரியில் இருந்தும் தப்ப முடியாது.

இவ்வளவு ஏன், கையில் பணம் இருந்து டிராபிக் போலீஸிடம் சிக்கினால் 100 ரூபாயோடு முடிந்துவிடும். பணம் இல்லையென்றால் கேஸாகும். கோர்ட்டில் 1000 ரூபாயாகக் கட்ட வேண்டியிருக்கும்.

Being Poor is Costly. பணம் இல்லையென்றால்தான் இங்கு அதிக பணம் செலவழிக்க வேண்டியிருக்கும். கொஞ்சம் பணமிருந்தால் அந்தப் பணமே தன்னைக் காப்பாற்றிக்கொள்ளும். பணம் முக்கியம் பிகிலு!

36. எதுவும் இங்கு இலவசம் இல்லை

ஒரு குட்டிக்கதை. முன்னொரு காலத்தில் ஒரு ராஜா தான் செய்த சிறு தவறால் பெரும் பொருள் நஷ்டத்திற்கு ஆளாக, உலகப் பொருளாதாரத்தைப் பற்றித் தெரிந்துகொள்ள விரும்பினார். அமைச்சர்களுக்கு உத்தரவிட்டார். அவர்களும் இராப்பகலாக உழைத்து 87 தொகுதிகள் கொண்ட 600 பக்க அறிக்கை ஒன்றைத் தயார் செய்திருக்கிறார்கள். அதைப் பார்த்து மலைத்துப்போன ராஜா, 'இதில் இருப்பதைச் சுருக்கமாக ஒரே வரியில் யாராவது சொல்ல முடியுமா?' என்று கேட்டிருக்கிறார்.

ராஜாவுக்கு என்ன பதில் கிடைத்தது என்பதைத் தெரிந்துகொள்ளும் முன் – யூடியூபை எடுத்துக் கொள்வோம்.

ஆரம்பத்தில் உங்கள் வீடியோக்களை நாங்கள் இலவசமாக அனைவரிடமும் கொண்டு சேர்க்கிறோம் என்று வந்தான். அடுத்து உங்கள் வீடியோவை எங்கள் மூலம் அடுத்தவர் பார்த்தால் உங்களுக்குப் பணம் தருகிறோம் என்றான். அடுத்து வீடியோ தொடக்கத்தில் 10 நொடி விளம்பரம் ஒன்று வரத் தொடங்கியது. ஒன்று இரண்டாகியது. இப்போது 5 நிமிடத்திற்கு 2 விளம்பரம் என்று போய்க் கொண்டிருகிறது. விளம்பரம் செய்ய - காசு குடு. விளம்பரம் பார்க்க வேண்டாமா - காசு குடு. விரைவில் வீடியோ பார்க்கக் காசு கேட்பான்.

கூகிள் பே - அடுத்தவர் வங்கிக்கணக்கிற்கு நொடியில் நம் கணக்கில் இருந்து பணம் அனுப்பலாம். ஆன்லைன் நெட்பேங்கிங் போல எந்தப் பிக்கல் பிடுங்கலும் இல்லை. கூடவே பணம் அனுப்பினால், வாங்கினால் 10, 20, 30 ஏன் சில சமயம் சர்வசாதாரணமாக ரூ.500 என்று Scratch Card வழியாக இலவசப் பணம் கொடுத்தான். அடுத்தவரை சேர்த்துவிட்டால் இலவசப்பணம். இலவசமாக QR Code கொடுத்தான். அதன்வழி பணம் அனுப்பினால் மேலும் இலவசப் பணம். இது முன்பு. இப்போது புதுப்புது பிராண்ட்களின் கூப்பன்கள் மட்டும்தான் வருகிறது. அதுவும் 10 பரிவர்த்தனைக்கு ஒருமுறை.

ஜியோ - ஆரம்பத்தில் இவவச சிம் கொடுத்து வாடிக்கையாளர்களைத் தன் பக்கம் இழுத்தார்கள். இப்போது ஜியோ வைப்பதே சட்டம் என்ற நிலைமை வந்துவிட்டது. இவர்களைப் பார்த்து மற்ற நெட்வொர்க்கள் விலை நிர்ணயம் செய்கிறார்கள். இருந்தும் ஜியோ அளவிற்குக் குறைவான விலையில் அதிக சேவைகளை மற்றவர்களால் கொடுகக் முடியவில்லை.

Ola, Uber வந்து உள்ளூர்கார ஆட்டோ டாக்ஸிகளை மொத்தமாகக் காலி பண்ணியது, Zomato Swiggy வந்து ஹோட்டல் தொழிலில் பெரும் புரட்சி பண்ணியது. Redbus, makemytrip வந்து டிராவல்ஸ் புக்கிங்கில் கோலோச்சிக் கொண்டிருந்த பலரைக் கடை சாத்த வைத்தது. Reliance, DMart, More., Big Bazaar போன்ற ரீடெய்ல் ஸ்டோர்கள் அண்ணாச்சி கடைகளை மூட வைத்தது.

மேல் சொன்ன அனைத்து உதாரணங்களுக்கும் அடிப்படை விதி ஒன்றுதான். ஏற்கனவே மக்கள் பயன்படுத்திக் கொண்டிருந்த துறை அல்லது சேவையில் வாடிக்கையாளர்களுக்குச் சிக்கலாக இருந்த விஷயங்களை நீக்கி, சௌகரியங்களை முன்னிலைப்படுத்தி, விலையை அதிரடியாகக் குறைத்து, தொடர்ந்து பயன்படுத்தும் விதமாகப் புதிய வசதிகள், இலவசங்களைக் கொடுத்து, போட்டியாளர்களை மொத்தமாக காலிசெய்து, கடைசியாக 'நான் சொல்றதுதான் விலை, இஷ்டமிருந்தா வாங்கு, இல்லாட்டி ஓடு' என்று விரட்டியடிக்கிறார்கள். நாமும் அவனை விட்டால் வேறு ஆள் இல்லை என்பதால் சொல்லும் விலையைக் கொடுத்து பொருளை / சேவையை வாங்கிக் கொண்டிருக்கிறோம்.

இப்போது புதிதாக நியோ பேங்கிங் (Neo Banking) என்று கிளம்பியிருக்கிறார்கள். முழுக்க ஆன்லைனில் மட்டுமே இயங்கும் வங்கிகள். வங்கிக் கிளைகள் என்று எதுவும் இருக்காது. எங்கும் அலைய வேண்டாம். அனைத்தும் ஆன்லைன். உட்கார்ந்த இடத்திலிருந்து வேண்டுமென்கிற சேவையைப் பெற்றுக் கொள்ளலாம். வழக்கம்போல வாலெட்-ல் ரூ.2500 ஏற்றினால் ரூ.50 பரிசு, அடுத்தவரை சேர்த்துவிட்டால் ரூ.500 பரிசு, கடன் வேண்டுமா 'பிராசசிங் கட்டணமே வேணாம், இந்தா எடுத்துக்கோ', சேமிப்புக்கணக்கா, 'நான் தர்றேன் 7% வட்டி வா வா' என்று கலக்கிக் கொண்டிருக்கிறார்கள். இவர்களது ஸ்பீடிற்கும், சேவைக்கும் முன் நம் 'பாரம்பரிய' வங்கிகள் பிச்சை எடுக்க வேண்டும். விரைவில் நாம் அனைவருமே நியோ பேங்கிங் வாடிக்கையாளர்கள் ஆகிவிடுவோம். எனக்கு நம்பிக்கை இருக்கிறது.

ராஜா கதையில் இறுதியாக ஒரு மந்திரி வந்து உலகில் உள்ள அத்தனை பொருளாதாரக் கோட்பாடுகளையும் ஒரே வரியில் சுருக்கி ஒரு பதிலைச் சொல்லி பரிசைத் தட்டிச் சென்றாராம். அந்த பதில் - There Ain't No Such Thing As a Free Lunch. இந்த உலகத்தில் இலவசம் என்று எதுவுமே கிடையாது - ஒரு பொருளை ஒருவன் இலவசமாகக் கொடுக்கிறான் என்றால் அவனது குறிக்கோள் அந்த பொருள் அல்ல, அதை வாங்குபவன்தான்.

37. மூழ்கும் செலவுகள் (Sunk Cost Fallacy)

குடும்பமே சேர்ந்து உருட்டி மிரட்டி அழுது புரண்டு போயே ஆக வேண்டும் என்று முடிவெடுத்து சினிமாவிற்குப் போகிறோம். 15 நிமிடத்திலேயே படம் படுமொக்கை என்று தெரிந்து விடுகிறது. பிள்ளைகள் தூங்கி வழிகிறார்கள். மனைவி செல்போன் நோண்டிக் கொண்டிருக்கிறார். என்ன செய்வோம்? யூடியூப் ரிவ்யூ பார்த்து தேடிப்பிடித்து ஒரு ஹோட்டலுக்குப் போகிறோம். பெயர் நன்றாக இருக்கும் ஐட்டங்களாக ஆர்டர் செய்கிறோம். முதல் ஐட்டம் வருகிறது. வாயிலேயே வைக்க முடியவில்லை. என்ன செய்வோம்? வண்டி வாங்கி 10 வருடங்கள் தாண்டப் போகிறது. இதில் செலவழிக்கும் காசிற்கு புது வண்டியே வாங்கி விடலாம் என்று ஊரே சொல்லும் அளவிற்குச் செலவு மேல் செலவு. ஆனால் ராசியான வண்டி. என்ன செய்வோம்?

மேல்சொன்ன சூழல்களில் நம்மில் பெரும்பாலானோர் செய்வதென்ன?

தியேட்டரில், 'காசு கொடுத்து டிக்கெட் வாங்கியாச்சு. கடைசி வரைக்கும் பார்த்துத் தொலைவோம்' என்பதுதான் முடிவாக இருக்கும். எழுந்து வந்துவிட்டால் நேரம் மிச்சம். இன்டர்வல் செலவுகளான பாப்கார்ன், ஐஸ்கிரீம் காசு மிச்சம். இரவு தலைவலி இருக்காது. எரிந்து விழ வேண்டி இருக்காது. தூக்கம் கெடாது. ஆனாலும் செய்ய மாட்டோம். 'சினிமாவிற்குப் போலாம்னு சொல்லிட்டுப் பாதிலயா கூட்டிட்டு வர்ற... இருடி' என்று வீட்டில் சண்டை வருமோ என்ற பயம்!

ஹோட்டல் சரியில்லை என்று தெரிந்தவுடன் மற்ற ஆர்டர்களைக் கேன்சல் செய்யலாம். செய்ய மாட்டோம். 'வந்தாச்சு. சாப்பிட்டு தொலைவோம்' என்றுதான் முடிவெடுப்போம். பயம், கூச்சம், நாகரிகம்.

ஓட்டை வண்டி ஒரு நாள் நடுரோட்டில் கவிழ்த்துவிடும் என்று தெரியும். இருந்தாலும் விற்க மாட்டோம். ராசியான வண்டி என்கிற செண்டிமெண்ட்.

இதற்கு SUNK COST FALLACY என்று பெயர். Sunk Cost என்றால் 'லாபம் இல்லா விட்டாலும், ஏற்கனவே செய்து முடிக்கப்பட்ட, தவிர்க்க முடியாத ஒரு செலவு' என்று அர்த்தம். பல நேரங்களில் மனம் சொல்வதை விட புத்தி சொல்வதைக் கேட்டு இது போன்ற வெட்டி செலவுகளைத் தவிர்த்தால் நேரம், நிம்மதி, முக்கியமாக நிறைய பணத்தையும் மிச்சப்படுத்தலாம்.

38. டிகோய் விளைவு (Decoy Effect)

மல்டிபிளக்ஸ் தியேட்டர்களில் கவனித்திருக்கலாம். பாப்கார்ன்/ பெப்சி வாங்கலாம் என்று போனால் 'மூன்று அளவுகளில் கிடைக்கும்' என்று போட்டிருப்பார்கள். SMALL - MEDIUM - LARGE என்று இருக்கும். விலையைப் பார்ப்போம். Small – ரூ.50, Medium – ரூ.85 , Large – ரூ.100. சிறியது அளவு குறைவாக இருக்கும். மீடியம் வாங்கலாம் என்று நினைக்கும் போது மீடியமிற்கும் லார்ஜிற்குமான விலை வித்தியாசம் நம் கண்ணில் படும். மனம் சஞ்சலப்படும். வெறும் ரூ.15. அதிகம் கொடுத்தால் லார்ஜே வாங்கிவிடலாம். வாங்குவோம். இதற்கு பெயர் - DECOY EFFECT

மீடியம் விற்பது அவன் நோக்கமே அல்ல. அதைக் காட்டி லார்ஜ் விற்க வேண்டும். அதிக விலை உள்ள இரண்டும் வேண்டாம் 'ஸ்மால் போதும்' என்று கேட்டால் பெரும்பாலும் 'ஸ்மால் இல்லை சார்' என்ற பதில்தான் வரும். அள்ளி போடும் அளவு எப்படி "இல்லாமல்" போகும்? ஆனாலும் வேறு வழியில்லை. ரெண்டே ஆப்ஷன்தான். ஒன்று மீடியம் இல்லையென்றால் லார்ஜ். குடும்பமாகப் போயிருப்போம். ஒரு லார்ஜ் வாங்கிப் பிரித்துக் கொள்ளலாம். சண்டை வரும். '5 சுமாலா வாங்கிக்கிறேன்' என்றாலும் விடாமல் '3 லார்ஜா வாங்கிக்கோங்க சார்' என்பான். உடனடியாக முடிவெடுத்தாக வேண்டும். அடுத்து வாங்க ஆள் வெயிட்டிங். 'மீடியம் டப்பா இருக்குல? அதுல சுமால் அளவு போட்டுக் கொடு போதும்' என்று நமது உரிமையைப் பேரமாகப் பேசிக் கேட்க நேரம், நாகரிகம் இடம் கொடுக்காது. 10 ரூபாய்தானே போய் தொலையுது என்று லார்ஜையே வாங்கி விடுவோம்.

இதெல்லாம்தான் மார்க்கெடிங். ஒரு பொருள் - அது நாம் வாங்க நினைக்கும் பொருளாகவே இருந்தாலும் – இதைத்தான் வாங்க வேண்டும். இந்த விலையில்தான் நீ வாங்க வேண்டும் என்று அவர்கள் முடிவு செய்து நம்மை வாங்க வைத்துவிடுவார்கள்.

பாப்கார்ன் / பெப்சி ஒரு உதாரணம்தான். இந்த Decoy சித்து விளையாட்டைப் பல பொருட்களில் பார்க்கலாம். இப்போது என்னதான் செய்வது? 'இருந்தா ஸ்மால் குடு இல்லன்னா ஆள விடு என்று நகர்ந்துவிட வேண்டும்'. முடியுமா?

39. புரிடானின் கழுதை கோட்பாடு (Buridan's Donkey Theory)

இந்த உலகத்தில் 100% சரியாக எதுவுமே இருக்காது, இருக்க முடியாது. 100% திருப்தியான குடும்ப உறவுகள், 100% திருப்தியான வேலை, 100% திருப்தியான உடலமைப்பு - இப்படி எதுவுமே சாத்தியமில்லை. 100% என்ற அளவை நம் மனம் அவ்வளவு சீக்கிரம் ஏற்றுக்கொள்ளாது. ஏதோ குறை இருப்பதாக ஒரு உறுத்தல் இருந்துகொண்டே இருக்கும்.

கவனித்திருப்பீர்கள். ஜவுளிக்கடையில் நாம் பலமணிநேரம் செலவழித்துத் தேடி எடுத்து வைத்திருக்கும் துணியைவிட அருகில் இருப்பவர் எடுக்கும் துணி நன்றாக இருப்பதாகத் தோன்றும். இதுவா அதுவா, எது பெஸ்ட் என்ற சந்தேகம் வரும். அதே டிசைன் உள்ளதா இந்தக் கலரில் உள்ளதா என்று கேட்க வைக்கும்.

BURIDAN'S DONKEY THEORY என்று ஒரு கோட்பாடு உள்ளது. பசி, தாகத்தில் இருக்கும் ஒரு கழுதையின் முன் தண்ணீர், புல்லுகட்டு இரண்டையும் ஒரே நேரத்தில் வைத்தால், அது முதலில் தண்ணீரைக் குடிப்பதா அல்லது புல்லைத் தின்பதா என்ற குழப்பத்திலேயே இரண்டையும் கடைசி வரை தொடாமல் இறந்துவிடுமாம். அந்தக் கழுதையைப் போலத்தான் மனித மனமும். ஒன்றைவிட மற்றொன்று பெட்டராக இருப்பதாகத் தோன்றும். ஆனால் உண்மையில் எதுவுமே 100% நம்மைத் திருப்திப்படுத்தாது.

சாதாரண விஷயங்களிலேயே இப்படி என்றால் பண விவகாரங்களில் நம் மனம் என்னென்ன செய்யும்! இந்தக் கம்பெனி இன்சூரன்ஸா அந்தக் கம்பெனியா, இந்த மியூசுவல் ஃபண்டா அந்த ஃபண்டா, இந்த கம்பெனி ஷேரா அந்தக் கம்பெனியா, ஓய்வுகாலத்திற்குச் சரியானது பென்ஷன் திட்டமா போஸ்ட் ஆபீஸ் திட்டமா - இப்படிக் குழப்பிக் கொண்டே கடைசி வரை எதையும் செய்யாமல் விட்டால், காலம் கடந்துகொண்டே இருக்குமே தவிர, காரியம் நடக்காது.

முக்கிய விஷயங்களில் எடுத்தேன், கவிழ்த்தேன் என்றும் முடிவெடுக்கக்கூடாதுதான். ஆனால் எதிர்பார்ப்பைக் கொஞ்சமாகக் குறைத்துக் கொண்டு, 100%-க்கு பதில் 85% போதும் என்று முடிவு செய்து கொள்ளலாம். நம் எதிர்பார்ப்பிற்கு அருகில், அதாவது 85% நமக்கு வேண்டியது கிடைக்கிறதா நம்பி இறங்கிவிடுவது நல்லது. 'நன்றே செய், அதை இன்றே செய்' என்று சும்மாவா சொல்லி வைத்திருப்பார்கள்!

40.இருக்கு, ஆனா இல்ல (Availability Bias)

அதிகம் நடைபெறுவது சாலை விபத்துகளா, விமான விபத்துகளா? சாலை விபத்துகள்தான், இல்லையா? ஆனால் எது நமக்கு அதிக பயத்தைக் கொடுக்கும்? சாலைப் பயணமா? விமானப் பயணமா? தினம் 100 நடந்தாலும் சாலை விபத்துகள் சாதாரணம். வருடத்திற்கு ஒன்று நடந்தாலும் விமான விபத்து பெரிய செய்தி! குறைந்தது 10 நாளைக்காவது எங்கும் அதைப் பற்றியே பேச்சாகவே இருக்கும். விபத்திற்கான சாத்தியம் மிகக் குறைவு என்றாலும், ஹைப் அதிகம் என்பதால் விமானப் பயணம் அதிக பயத்தைக் கொடுக்கும்.

நிதி மேலாண்மையில் உளவியல் சார்ந்த முதலீட்டாளர்களது நடவடிக்கைகளை Behavioural Finance என்ற பெயரில் தொடர்ந்து ஆராய்ச்சி செய்து வருகிறார்கள். 'ஊரே சொல்கிறது அதனால் இதுதான் சரி' என்ற கும்பல் மனப்பான்மையினாலும் (Herd Mentality) அல்லது 'தங்களுக்குத் தெரிந்ததுதான் சரி' என்ற முன்முடிவினாலும் (Past Experiences) முதலீட்டாளர்கள் தொடர்ந்து தவறான முடிவுகளை எடுக்கிறார்கள் என்று கண்டுபிடித்திருக்கிறார்கள். இதற்கு AVAILABILITY BIAS என்று பெயர்.

'ஒரு லட்ச ரூவாயக் கொடுத்தா ஒரே மாசத்துல டபுள் ஆக்கித் தர்ற ஸ்கீம் ஒன்னு இருக்கு. நம்ம ரங்கசாமி ஒன்ன ரெண்டாக்கி இப்போ பத்த கொடுத்து வச்சிருக்கானாம்', 'நான் சொல்றேன் கேளு, ஈமு கோழிதான் இப்போ தங்க முட்டை போடுற வாத்து... வளத்து வித்தா ஒரே வருசத்துல கோடீஸ்வரனாகிறலாம்', 'கிரிப்டோகரன்சினா நம்ம காசு மாதிரி இல்ல. தினம் மதிப்பு ஏறும், ஈலான் மஸ்க்கே அத நம்பிதான் செவ்வா கிரகத்துக்குப் போக முயற்சி பண்ணிட்டு இருக்காப்ள', 'இந்த ஷேர் மார்க்கெட்லாம் பெரிய சூதாட்டம் தம்பி, இப்படிதான் எனக்குத் தெரிஞ்ச ஒருத்தர் எல்லாரும் சொல்றாங்கனு யெஸ் பேங்க் ஷேர் வாங்கிப்போட்டார்... என்னாச்சு தெரியும்ல?', 'Zomato ஷேர்ஸ் மட்டும் நமக்கு IPO ல கெடச்சா லைஃப் செட்டில்'

ஹைப் இருக்கிறது என்பதற்காக, முன்பு யாருக்கோ நடந்தது என்பதற்காக, ஊடகங்களில் தொடர்ந்து பரப்புகிறார்கள் என்பதற்காக நம் பணத்தை நமக்குத் தெரியாத, புரியாத இடங்களில் முதலீடு செய்தால் நஷ்டமே மிஞ்சும். கண்ணால் காண்பதெல்லாம் உண்மை அல்ல. தீர விசாரிக்க வேண்டும். முடியவில்லையா? ஆசையை அடக்கி, ஆர்வத்தைக் கட்டுப்படுத்தி வேறு வேலை இருந்தால் போய்ப் பார்க்க வேண்டும்.

41. இழப்பின்மீது ஏன் இத்தனை வெறுப்பு?
(Loss Aversion)

மூன்று கேள்விகள். மூன்றிலும் இரண்டு வெவ்வேறு சூழல்கள். டக்கென்று இரண்டில் எதைத் தேர்ந்தெடுப்பீர்கள் என்று யோசித்துப் பாருங்கள்.

- கேள்வி 1

சூழல் 1 - ரூ.500 தாள் ஒன்று உங்களுக்குக் கிடைக்கிறது.

சூழல் 2 - ரூ.500 தாள்கள் இரண்டு கிடைக்கிறது. திடீரென்று ஒருவர் வந்து அதில் ஒன்று என்னுடையது என்று வாங்கிக் கொள்கிறார். இரண்டு சூழல்களில் எது உங்ககளுக்கு மகிழ்ச்சியைத் தரும்?

- கேள்வி 2

சூழல் 1- உங்கள் சம்பளம் ரூ.25,000. முதலாளி அழைத்து உங்களையும் சேர்த்து அனைவருக்கும் இனி சம்பளம் ரூ.50,000 என்று சொல்கிறார். சூழல் 2 – உங்களுக்கு மட்டும் ரூ.1,00,000 மற்றவர்களுக்கு ரூ.2,00,000.

இரண்டு சூழல்களில் ஒன்றை முடிவாக நீங்களே தேர்ந்தெடுத்துக் கொள்ளலாம் என்று முதலாளி சொல்கிறார். என்ன செய்வீர்கள்? இரண்டு கேள்விகளுக்கு சூழல் 1 உங்கள் தேர்வாக இருந்தால் ஆச்சரியமில்லை. இதற்கு LOSS / RISK AVERSION என்று பெயர். வெற்றி தரும் மகிழ்ச்சியைவிட, இழப்பு தரும் வலியை அதிகமாகக் கடத்தக்கூடியது மனித மனம். இரண்டு கேள்விகளுக்கும் இரண்டாவது சூழலைத் தேர்ந்தெடுப்பதால் நமக்கு எந்த நஷ்டமும் இல்லை. உண்மையில் லாபம்தான். ஆனால் நம் மனம் அதற்குச் சம்மதிக்காது.

1) இரண்டிலும் ரூ.500 தான் லாபம், ஆனால் ரூ.1000 கிடைத்து அதில் 500 ரூபாயை இழந்தால் மனம் வலிக்கும் 2) எப்படியும் நமக்குச் சம்பள உயர்வு கிடைக்கத்தான் போகிறது. ஆனால் அடுத்தவனுக்கு நம்மைவிட அதிகம் கிடைப்பதை மனம் ஒத்துக் கொள்ளாது. லாபத்தை விட இழப்பைத் தவிர்க்கவே நம் மனம் அதிகம் மெனக்கெடும். பேராசை வேறு டிபார்ட்மெண்ட். இருப்பதை விட்டுக்கொடுத்து அடுத்ததை நாம் தேர்ந்தெடுக்க மாட்டோம்! மனித மனத்தின் செட்டிங் அப்படி!

முதலீடுகளிலும் இதேதான். எத்தனையோ நல்ல முதலீடுகள் இருக்கும் போது, வட்டி குறைவு என்று தெரிந்தும் ரிஸ்க் எடுக்காமல் பணத்தை FD யில் போட்டு வைக்கவே மனம் விரும்பும்.

42. காக்கைக்குத் தன் குஞ்சு பொன்குஞ்சு (The Endowment Effect)

ஒரு பொருளை வாங்க கடைக்குப் போகிறோம். விலையைப் பார்க்கிறோம். அதிகம் என்று தோன்றுகிறது. என்ன செய்வோம்? கடைக்காரரிடம் விலையைக் குறைத்துத் தரும்படி பேரம் பேசுவோம். இல்லையா? சரி, அதே பொருள் நம்மிடம் இருக்கிறது. அதே கடைக்காரர் இப்போது நம்மிடம் வந்து ஒரு விலையைச் சொல்லி 'தர முடியுமா?' என்று கேட்கிறார். நாம் என்ன செய்வோம்? உடனே கொடுத்து விடுவோமா? நிச்சயம் கொடுக்க மாட்டோம். விலையை ஏற்றிக் கேட்போம்.

ஒரு பொருள், அது நம்மிடம் இருக்கும்போது உளவியல் ரீதியாக அதன் மீது நமக்கு ஒரு பிணைப்பு ஏற்பட்டுவிடும். அதன் உண்மையான மதிப்பை விட நம் மனதளவில் அதன் மதிப்பைக் கூட்டி வைத்துவிடுவோம். எளிதில் அதை விட்டுக்கொடுக்க மாட்டோம். இதற்கு ENDOWMENT EFFECT என்று பெயர். வேறு பிராண்டுகள் இருந்தாலும், வசதி குறைவு என்று தெரிந்தும் சிலர் 'ஐபோன்தான் எனக்கு செட் ஆகும்' என்று அதையே வாங்குவார்கள். மளிகைக்கடை, காய்கறிகடை, நகைக்கடை, ஹோட்டல், டாக்டர், பூசாரி, டெய்லர் என்று 'நமக்கு இது/ இவர் தான் செட் ஆவார்' என்று சென்டிமென்ட், பழக்கவழக்கம், சோம்பேறித்தனம், சொந்த சாதிப்பாசம் என்று ஏதாவதொரு காரணத்தால் புதியதை ஏற்காமல் பழையதையே பிடித்துத் தொங்கிக் கொண்டிருப்போம். இந்த விஷயத்தில் மனித மனம் குரங்கெல்லாம் இல்லை. எருமை. ஒரு விஷயம் பழகிவிட்டால் எளிதில் புதியதை ஏற்றுக்கொள்ளாது.

30 நாட்கள் இலவச சேவை, 100% பணம் வாபஸ், 24/7 சேவை, எப்போது வேண்டுமானாலும் பணம் வாபஸ், ஒன்று வாங்கினால் ரெண்டு ஃப்ரீ என்று கார்ப்பரேட்கள் பலவாறு ஆசைகாட்டி, குட்டிக்கரணம் அடித்து தங்களது பொருட்களை நம்மை வாங்க வைக்க முயற்சிப்பதும் இதனால்தான். மீண்டும் ஜியோவையே எடுத்துக் கொள்வோம். நஷ்டமானாலும் பரவாயில்லை என்று முதலில் 'சிம் கார்டு இலவசம்' என்று அறிவித்தார்கள். அபாரமான இன்டர்நெட் வேகம், எங்குச் சென்றாலும் நெட்வொர்க் கவரேஜ் என்று மார்க்கெட்டில் இருந்தவர்களை விட ஜியோவின் சேவை ஒருபடி மேலே இருக்கும்படி பார்த்துக் கொண்டார்கள். படிப்படியாக மற்ற போட்டியாளர்களை நசுக்கி நம்பர் 1 என்ற இடத்திற்கு வந்ததும், இலவசத்தை நிறுத்தினார்கள். ஆனால் அதற்குள் மக்கள் ஜியோவிற்குப் பழகி விட்டார்கள். இனி அவ்வளவு சீக்கிரத்தில் ஜியோவில் விட்டு விலக மாட்டார்கள்.

43. பொருளாதாரத்தை இப்படியும் தெரிந்துகொள்ளலாம்

சந்திரமுகி படத்தில் பேய் வருவதைச் சில அறிகுறிகளை வைத்துக் கண்டிப்பிடிக்கலாம் என்று தலைவர் சொல்லுவதைப் போல பொருளாதார மந்தநிலையை (Recession), சில விசித்திரமான குறியீடுகளை வைத்து கணித்துவிடலாம் என்கிறார்கள் பொருளாதார வல்லுனர்கள்.

- Men's Underwear Index

உண்மைதான். ஆண்கள் உள்ளாடைகள் விற்பனை தொடந்து சரிந்து வந்தால் வேலையில்லாத் திண்டாட்டம் உச்சத்தில் இருக்கிறது என்று அர்த்தமாம். இதை உலகிற்குச் சொன்னவர் அமெரிக்காவின் Federal Reserve வங்கியின் சேர்மனாக இந்த Alan Greenspan. அவரது கூற்றுபடி, ஆண்கள் கடைசியாகச் செலவு செய்யும் விசயமாக உள்ளாடைகள் இருக்குமாம் (உண்மைதானே!)

- R-Word Index

அமெரிக்காவின் பிரபல The New York Time பத்திரிக்கையில் Recession என்ற வார்த்தை எத்தனை முறை உச்சரிக்கப்பட்டது என்பதை வைத்தே 1990, 2001, 2007 ஆம் ஆண்டுகளின் மந்தநிலையைக் கணித்திருக்கிறார்கள் அமெரிக்க பொருளாதார வல்லுனர்கள். புலி வருது, புலி வருது என்று கத்தி கத்தியே புலியைக் கொண்டு வந்துவிடும் கதைதான் இது. 2022 ஆம் ஆண்டும் இந்த வார்த்தை அதிகளவில் பயன்படுத்தப்பட்டது குறிப்பிடத்தக்கது

- Garbage Indicator

பணப்புழக்கம் இல்லாத போது மக்கள் பயன்படுத்தும் தினசரி பொருட்களின் அளவு கணிசமாகக் குறையும், அதனால் தூக்கி எறியும் குப்பையின் அளவும் குறையும். இதை வைத்தே 2001 - 2012 ஆண்டு வரையிலான பொருளாதார நிலையை 82% துல்லியத்துடன் கணக்கிட்டுள்ளார்கள்!

- First Date Indicator

match.com என்ற அமெரிக்காவின் டேடிங் ஆப் ஒன்று மந்தநிலையின் போதெல்லாம் தங்களது வாடிக்கையாளர்கள் ஆப்-ஐ அதிகம் பயன்படுத்துகிறார்கள் என்று கண்டுபிடித்திருக்கிறார்கள். நாங்கள்

அதிகம் பிசியாக இருந்த காலகட்டம் 2008 (சமீபத்திய மிகப்பெரிய மந்தநிலை) என்று அறிக்கை வெளியிட்டிருக்கிறார்கள்.

- The Cardboard Box Index

அட்டைப்பெட்டிகளுக்குத் தட்டுப்பாடு ஏற்படும் போதெல்லாம் பொருளாதாரம் நன்றாக இருக்கிறதென்று அர்த்தமாம். மக்கள் அதிகளவில் புதிய பொருட்களை வாங்குகிறார்கள் என்றால்தான் அந்தப் பொருட்களை பேக் செய்ய அதிகளவில் அட்டைப்பெட்டிகள் தேவைப்படும்.

சமீபத்திய கொரோனா காலகட்டம் இந்தக் குறியீட்டைப் பொய்யாக்கியுள்ளது. உலகளவில் பொருளாதாரம் வீழ்ந்தாலும் வீட்டில் இருந்தபடியே மக்கள் ஆன்லைனில் பொருள்கள் ஆர்டர் செய்ததால் அட்டைப்பெட்டிகள் அதிகளவில் தேவைப்பட்டிருக்கிறது.

- Diaper Indicator

பணவீக்கம் உச்சத்தில் இருக்கும் போது பெற்றோர் தங்களது குழந்தைகளின் டயபர்களை அடிக்கடி மாற்ற மாட்டார்கள் (ஒரு டயப்பர் விலை இப்போது குறைந்தபட்சமே ரூ.10-15 ஆகிறது) அதனால் குழந்தைகளுக்குத் தடிப்பு / அரிப்பு அதிகமாகி அதற்கான மருந்துகள் மட்டும் அந்தச் சமயங்களில் அதிகம் விற்பனை ஆகுமாம்.

மேல்சொன்னவை அனைத்தும் அமெரிக்கக் குறியீடுகள். இதில் சில நம் நாட்டிற்கும் பொருந்தலாம்.

பிரத்யேகமாக, நம் நாட்டைப் பொறுத்தவரை பொதுவாக ஒரு குறிப்பிட்ட பிரதேசத்தில் எந்தமாதிரியான நோய்கள் அதிகம் பரவும் என்பது அங்கிருக்கும் அரசு மருத்துவர்களை விட, மருந்து வியாபாரிகளுக்கு நன்றாகத் தெரிந்திருக்கும் என்று சொல்வார்கள். அதுபோல பொருளாதாரத்தைப் பற்றித் தெரியவேண்டுமென்றால் கருவாடு வியாபாரிகளைக் கேட்டால் தெரியும் என்றும் சொல்கிறார்கள்.

கறி, மீன், காய்கறி வியாபாரம் குறைந்து கருவாடு மட்டும் அதிகம் விற்றால் விரைவில் பஞ்சம் வந்தாலும் ஆச்சரியப்படுவதற்கில்லை என்று அர்த்தமாம்!

சமீபத்திய கொரோனா காலகட்டத்தில் தமிழகத்தில் அதிகம் விற்பனையான உணவு - கருவாடு!

44. பெண்ணியத்திற்கு வரி (Pink Tax)

நறுமணத்தில் ஆண் மணம், பெண் மணம் என்று எதுவும் இருக்கிறதா? ஸ்டீல் பிளேடில் (SS Razor) ஆண் X பெண் என்று வித்தியாசப்படுத்துவதால் உண்மையில் யாருக்கு என்ன நன்மை? ஊட்டச்சத்துமிக்கப் பானம் என்று சந்தைப்படுத்தப்படும் ஹார்லிக்ஸில் சாதா, வுமன், மதர்ஸ் என்று ஒவ்வொரு விலையில் வருவது எதனால்? மூன்றுக்கும் என்ன வித்தியாசம்?

Shrink n Pink என்பது கார்பரேட்கள் உபயோகப்படுத்தும் வியாபார உத்தி. ஏற்கனவே சந்தையில் உள்ள பொருட்களின் அளவைக் கொஞ்சம் குறைத்து, பேக்கிங்கை பின்க் கலரில் க்யூட்டாக மாற்றிவிட்டால் அது பெண்கள் ஸ்பெஷல். வேறு எந்த வித்தியாசமும் தேவையில்லை. ஆனால் விலையை அதிகப்படுத்தி விற்கலாம். பெண்கள் தேடி வந்து பெருமை பொங்க வாங்கிச் செல்வார்கள். இந்தப் பகல்கொள்ளைக்குப் பெயர் - PINK TAX. - பெண்ணாக இருப்பதனாலேயே விதிக்கப்படும் கூடுதல் விலை (வரி) என்பதால் இந்தப் பெயர்!

ஒரு பேச்சிற்கு, இயற்கையாகவே பெண்களுக்கு பின்க் வண்ணம் மீது ஒரு ஈர்ப்பு இருப்பதாக வைத்துக் கொள்வோம். இந்த ஒரே காரணத்திற்காகப் பெண்கள் ஏன் அதிகப்பணம் கொடுக்க வேண்டும்?

ஒரே அளவில், ஒரே துணியில் தைக்கப்படும் டி-சர்ட் ஆண்களுக்கு விலை குறைவு, பெண்களுக்கு விலை அதிகம். பார்பி டால், பின்க் நிற மயிரும் கலர்க்கலர் கொம்பும் வைத்த 'யூனிகார்ன்' குதிரை இதெல்லாம் பெண் குழந்தை ஸ்பெஷல். விலை மற்ற பொம்மைகளைவிட கட்டாயம் அதிகமாகத்தான் இருக்கும். குழந்தைகள் ஆடையிலும் ஆண் குழந்தைகளைவிட பெண் குழந்தைகளது ஆடைகள் விலை அதிகம்.

இன்றும் பெரும்பாலான தொழில்துறைகளில் ஆண்களை விட பெண்களுக்குச் சம்பளம் குறைவாகவே உள்ளது. ஆனால் இந்த அழகு சாதனப் பொருட்கள், உணவுப் பொருட்கள், உடை, மருந்துகள் என்று குழந்தைப் பருவம் தொடங்கி பெண்கள் ஸ்பெஷல் என்று பிரித்து பின்க் பேக் செய்து கல்லாகட்டிக் கொண்டிருக்கிறார்கள். பெண்கள் ஸ்பெஷல் உண்மையில் பெண்ணியம் அல்ல, பாலினப் பாகுபாடு. பெண்கள் இந்தச் சமுதாயத்தில் தனித்துத் தெரிய ஓராயிரம் வழிகள் உண்டு, பின்க் பேக்கிங் அதில் ஒன்று அல்ல.

45. நல்ல கடன் Vs கெட்ட கடன்

கடன் பற்றிய நம் புரியல் என்ன? கடன் அன்பை முறிக்கும் - வாஸ்தவம் தான். கடன் யாரிடம், எதற்காக, எவ்வளவு வட்டி, காலக்கெடுவில் வாங்கியிருக்கிறோம் என்பதைப் பொறுத்து அன்பு / உறவு / எலும்பு / மனநிம்மதி எல்லாம் ஒவ்வொன்றாக முறியும்.

உண்மையில் கடனில் இருவகை உண்டு. ஒன்று நல்ல கடன் (Good Debt) மற்றது கெட்ட கடன் (Bad Debt).

நாம் வாங்கும் கடனால் நமக்கு வளர்ச்சி ஏற்படுகிறது என்றால் அது நல்ல கடன். கல்விக்கடன் - (நன்றாக) படித்தால் நல்ல வேலை கிடைக்கும், வாழ்க்கைத்தரம் உயரும். தொழிற்கடன் - முதல் போடாமல் தொழில் செய்ய முடியாது. சரியான தொழிலைத் தேர்ந்தெடுத்து உழைத்தால் நிச்சயம் லாபம் கிடைக்கும். எந்தக் கடனெல்லாம் நமக்கு வாங்கியதை விட அதிகமாகச் சம்பாதித்துக் கொடுக்கிறதோ அவையெல்லாம் நல்ல கடன்.

மற்றவை அனைத்துமே கெட்ட கடன்கள்.

கார் லோன் – கார் தேய்மான சொத்து. முதலீடு கிடையாது, செலவு. சுற்றுலா போக எடுக்கப்படும் பெர்சனல் லோன், புது ஐபோன் உள்ளிட்ட நவீன வாழ்க்கைமுறை தேவைக்காக Easy EMI அல்லது No Cost EMI என்று கிரெடிட் கார்டில் தேய்க்கப்படும் லோன்கள் அனைத்துமே நம் நிம்மதியைக் கெடுத்து நம்மைக் கடன்காரனாகவே வைக்கும் கெட்ட கடன்கள். அதனாலேயே இவை மிகக்குறைந்த வட்டியில் மிகச்சுலபமாகக் கிடைக்கும் விதத்தில் கூவிக்கூவி விற்கப்படுகிறது.

வீட்டுக்கடன் - நாம் குடியிருக்கப் போகும் வீட்டிற்காக வாங்கப்படும் கடன் நல்ல கடன். அதுவே முதலீட்டிற்காக இரண்டாவதாக வீடு வாங்க / கட்ட வாங்கப்படும் கடன் நிச்சயம் கெட்ட கடன்தான். காரணம், அந்த வீட்டின் மூலம் கிடைக்கும் வாடகைத் தொகை நிச்சயம் கடனுக்கான EMI, பணவீக்கம் தாண்டிய ஒரு வருமானத்தை எக்காலமும் கொடுக்காது. வீடு மட்டுமல்ல முதலீட்டிற்காக வாங்கப்படும் கடன்கள் அனைத்துமே கெட்ட கடன்கள்தான். முதலீடுகளை நம் தேவைபோக மீதமிருக்கும் உபரிப்பணத்தில் செய்ய வேண்டுமே தவிர கடன் வாங்கிச் செய்யவே கூடாது.

46. க்ரெடிட் ஸ்கோர்

இன்றைய தேதிக்குப் பணச்சந்தையில் நம் மதிப்பு என்ன என்பதைத் தெரிந்துகொள்ள இருக்கும் ஒரே வழி - கிரெடிட் ஸ்கோர் (CREDIT SCORE) தான். நாம் எந்தவொரு கடனுக்கு விண்ணப்பித்தாலும், கடன் வழங்குபவர்கள், நமக்குக் கடன் கொடுக்கலாமா வேண்டாமா, கொடுத்தால் எவ்வளவு கொடுக்கலாம் என்பதை இந்த ஸ்கோரை வைத்தே முடிவு செய்கிறார்கள்.

மத்திய வங்கி கட்டுப்பாட்டின் கீழ் வரும் CIBIL (CREDIT INFORMATION BUREAU INDIA LIMITED) என்ற அமைப்பிற்கு நமது கடன் சார்ந்த பரிவர்த்தனைகள் அனைத்தையும் கண்காணிக்கும் அதிகாரம் உள்ளது. ஒரு தனிநபர் இதுவரை வாங்கியுள்ள கடன், அதைத் திரும்பக் கட்டுவதில் அவர் கடைப்பிடித்த ஒழுங்கு ஆகியவற்றைக் கணக்கில் கொண்டு அவருக்கு 300 முதல் 900 வரையிலான மதிப்பெண் வழங்கப்படுகிறது. 750-க்கு மேல் உள்ளவர்களுக்கு மிகச்சுலபமாக எந்தவொரு கடனும் கிடைத்துவிடும். 500-700-க்குள் இருப்பவர்களுக்கு ஏகப்பட்ட பரிசீலனைக்குப் பிறகு கடன் கிடைக்க வாய்ப்பு உண்டு. 450-க்கு கீழ் உள்ளவர்களுக்கு எந்த வங்கியும் கடன் தராது. கடன் வேண்டுமா? என்று கேட்டு போன் கூட வராது.

அதிகமாகக் கடன் வாங்குவது, வாங்கிய கடனுக்குச் சரியான நேரத்தில் சரியான வட்டியைக் கட்டாமல் தாமதிப்பது, கிரெடிட் கார்டு பில்லை கட்டாமல் விடுவது அல்லது லிமிட் தாண்டி கிரெடிட் கார்டுகளைப் பயன்படுத்துவது, குறுகிய கால இடைவெளியில் வெவ்வேறு வங்கிகளில் கடன் கேட்டு விண்ணப்பிப்பது, அடுத்தடுத்துப் புதிய கிரெடிட் கார்டுகளுக்கு விண்ணப்பிப்பது போன்ற செயல்கள் நமது கிரெடிட் ஸ்கோரை பாதிக்கும்.

சில சமயம் நமக்கு எங்கு எந்தத் திசையில் இருக்கிறது என்று கூட தெரியாத வங்கிகள், தனியார் கடன் நிறுவனங்களில் எல்லாம் நமக்குக் கடன் இருப்பதாக கிரெடிட் ரிப்போர்ட் சொல்லும். இதற்குக் காரணம், ஆன்லைன் ஷாப்பிங் தளங்களில் Buy Now Pay Later போன்ற கிரெடிட் வசதிகளைப் நாம் பயன்படுத்த சம்மதிக்கும் போதே, நம் பெயரில் நமக்கே சொல்லப்படாமல் பெர்சனல் லோன் எடுக்கப்பட்டுவிடும், நம் கிரெடிட் ஸ்கோரும் படுத்துவிடும். வளர்ந்த நாடுகளில் கிரெடிட் ஸ்கோரை வைத்து வாங்கும் கடனுக்கான வட்டி நிர்ணயிக்கப்படுகிறது. நம் நாட்டில் இப்போதைக்கு அப்படி எதுவும் இல்லை.

47. கடன் தகுதிக்கான 4 C-கள்

'உன்ன நம்பி எப்படிப்பா கடன் கொடுக்குறது?' என்ற கேள்வியை எந்த வங்கியும், கடன் நிறுவனமும் இப்போது கேட்பதில்லை. காரணம் THE 4 C's OF CREDIT என்றழைக்கப்படும் *Credit Score, Capacity, Character, Collateral* என்கிற நான்கையும் வைத்து நம் ஜாதகத்தையே விலாவாரியாக அலசிப் பார்க்க முடியும்.

CREDIT SCORE – நமது முந்தைய கடன் பரிவத்தனைகளின் *(CREDIT HISTORY)* அடிப்படையில் வழங்கப்படும் மதிப்பெண். அதிக ஸ்கோர் இருந்தால் கடன் கிடைப்பதற்கான சாத்தியம் அதிகம்.

CAPACITY - கடனைத் திரும்பச் செலுத்தும் நம் திறன். மாதச் சம்பளக்காரராக இருந்தால் எந்த நிறுவனத்தில், என்ன சம்பளத்தில், என்ன மாதிரியான வேலை என்று பார்ப்பார்கள். சுயதொழில் என்றால் சொத்து, வரித்தாக்கல் மதிப்பு உள்ளிட்ட ஆவணங்களைப் பார்த்து வைத்து முடிவெடுப்பார்கள்.

CHARACTER - வருமானம் என்ன என்பதைத் தாண்டி, ஆள் எப்படி என்பதையும் பார்ப்பார்கள். செலவாளியா, எதில் / எதற்கு அதிகம் செலவழிக்கிறான், ஏதாவது சேமித்து வைத்திருக்கிறானா என்று அத்தனையையும் பார்ப்பார்கள். 6 மாத வங்கிப் பரிவர்த்தனையை அலசுவதன் மூலம் இதைத் தெரிந்து கொள்ளலாம்.

COLLATERAL – பிணையாகக் கொடுக்கப்படும் கடன். வீட்டுக்கடன் என்றால் வீட்டுப் பத்திரம், வாகனக் கடன் என்றால் வண்டியின் *RC* புத்தகம், பெர்சனல் லோன் என்றால் நிரந்தர வைப்புநிதி *(FD)*, நகைக்கடன் என்றால் தங்கம் - இப்படி நம் சொத்தைப் பிணையாகப் பிடித்து வைத்துக் கொண்டு கடன் கொடுக்கப்படும்.

டிஜிட்டல் ஃபுட்பிரிண்ட் *(Digital Footprint)* என்று சொல்வார்கள். இணைய வெளியில் நாம் மேற்கொள்ளும் அத்தனை விஷயங்களையும் கண்காணிக்க முடியும். கண்காணிக்கப்படுகிறது. நம் PAN எண்ணை மட்டும் வைத்து நமக்கே தெரியாத நமது பணம் பற்றிய விஷயங்களை வங்கிகளால் பார்க்க முடியும்.

கடன் கெட்டதல்ல. நமது முன்னேற்றத்திற்காக, வளர்ச்சிக்காகக் கடன் வாங்குது தவறல்ல. அப்படி வாங்க இந்த நான்கு C-களும் நமது கட்டுப்பாட்டில் இருக்க வேண்டியது அவசியம்.

48. ரெப்போ ரேட்

வங்கிகள் நாம் வாங்கும் கடனுக்கான வட்டி விகிதத்தை எதன் அடிப்படையில் தீர்மானிக்கின்றன, இதில் மத்திய வங்கியின் (RBI) பங்கு என்ன?

Monetary Policy (பணவியல் கொள்கை) என்பது ஒரு நாட்டின் பொருளாதார நிலை சார்ந்தது. பணப்புழக்கத்தைக் கட்டுப்பாட்டில் வைத்திருப்பதன் மூலம் இந்தியாவில் இந்த வேலையைச் செய்வது Monetary Policy Committee (MPC). மத்திய வங்கி, மத்திய அரசு சார்பாக வல்லுனர்கள் என்று இதில் அங்கம் வகிப்பார்கள். இங்கு வாங்கி அங்குக் கொடுத்து லாபம் சம்பாதிக்கும் வங்கிகள் உள்ளிட்ட அனைத்து நிதிசார்ந்த அமைப்புகளையும் Reserve Bank of India Act of 1934 கீழ் தனது கட்டுப்பாட்டில் வைத்திருக்கும் இந்த MPC அமைப்பு, வங்கிகள் வாடிக்கையளருக்கு வழங்கும் வட்டி விகிதத்தைச் சில காரணிகளைக் கொண்டு முடிவு செய்கிறது.

வங்கிகள், நிதி நிறுவனங்கள் ஒரு வாடிக்கையாளரிடமிருந்து பணத்தைக் குறைந்த வட்டிக்கு வைப்புநிதியாக (Deposits) வாங்கி, அதையே மற்றொரு வாடிக்கையாளருக்கு அதிக வட்டிக்குக் கடனாகக் கொடுக்கிறது. இந்தக் கடனை வாங்கும் போது இருவகையான செலவுகள் நமக்கு இருக்கும் – ஒன்று Fees மற்றது Interest.

Fees என்பது கடன் கேட்கும் நமக்காக வங்கிகள் செய்யும் வேலைக்கு நாம் கொடுக்க வேண்டிய கட்டணம். Maintenance fees, Service charges, Late Fees போன்றவை இதில் அடங்கும். Interest (வட்டி) என்பது வங்கிகளது பணத்தைப் பயன்படுத்திக் கொள்ள நாம் கொடுக்க வேண்டிய பணம். இந்த வட்டியில் இருவகை உண்டு. Fixed Interest Rate - கடன் காலம் முழுவதும் ஒரே வட்டிவிகிதம்தான் இருக்கும். நாம் கட்டும் தொகையில் எந்தவிதமான மாற்றமும் இருக்காது. Floating Interest Rate - கடன் காலத்தில் அவ்வபோது வட்டிவிகிதத்தில் மாற்றம் ஏற்படும். இந்த மாற்றம்தான் விஷயமே.

- *CRR - Cash Reserve Ratio* - வங்கிகள் தங்களிடம் சேர்ந்திருக்கும் டெபாசிட்களில் குறிப்பிட்ட சதவிகிதத்தை (CRR) மத்திய வங்கியிடம் கொடுத்து வைக்க வேண்டும். செக்யூரிட்டி டெபாசிட் மாதிரி. இதை வங்கிகளால் எந்தவகையிலும் பயன்படுத்திக்கொள்ள முடியாது.

- SLR – Statutory Liquidity Ratio - CRR தவிர்த்து, வங்கிகள் கடன் சேவையைத் தொடங்கும் முன், தங்களது டெபாசிட்களில் இருந்து ஒரு குறிப்பிட்ட சதவிகிதத்தை ரொக்கமாக, மத்திய / மாநில அரசு பத்திரங்களாக, தங்கமாக வைத்துக்கொள்ளும்.

- Repo Rate - வங்கிகள் டெபாசிட்களை மட்டும் நம்பியிருக்காமல் தங்களிடம் இருக்கும் அரசு கடன் பத்திரங்களை வைத்து ரிசர்வ் வங்கியிடம் குறுகிய கால கடன்களை வாங்கிக் கொள்ளலாம். இந்தக் கடனுக்கான வட்டி விகிதத்திற்கு Repurchase Rate அல்லது Repo Rate என்று பெயர். ரெப்போ ரேட் குறைவாக இருந்தால் வங்கிகளுக்குக் குறைந்த வட்டியில் கடன் கிடைக்கும். பதிலுக்கு வங்கிகள் நமக்கு குறைந்த வட்டியில் கடன் கொடுக்கும். மத்திய வங்கி ரெப்போ ரேட்டை அதிகரித்தால் நமக்கு வழங்கப்படும் கடனுக்கான வட்டியும் அதிகரிக்கும்.

- Reverse Repo Rate - வங்கிகள் தங்களிடம் இருக்கும் உபரி பணத்தை மத்திய வங்கியிடம் கொடுத்து Reverse Repo Rate விகிதத்தில் வட்டி வாங்கிக் கொள்ளலாம். இது கூடுதல் சம்பாத்தியம்.

வங்கிகள் மேல்சொன்ன CRR, SLR, Repo Rate விகிதங்களின் அடிப்படையில் தாங்கள் வழங்கும் கடனுக்கான வட்டிவிகிதத்தை முடிவு செய்யும். இதற்கு Cost of Credit என்று பெயர். தங்களது செலவுகளைக் கணக்கிட்டு அதன் அடிப்படையில் கடனுக்கான வட்டி விகிதத்தை முடிவு செய்வது.

பொருளாதாரம் மந்தமாக இருக்கும் காலங்களில் (நோய்தொற்று, போர், வேலையின்மை) ரிசர்வ் வங்கி ரெப்போ ரேட் விகிதத்தைக் குறைக்கும். பதிலுக்கு வங்கிகள் தாங்கள் வழங்கும் கடனுக்கான வட்டியையும், டெபாசிட்களுக்கான வட்டியையும் குறைக்கும். பணப்புழக்கம் அதிகமாகும். தொழில் வளர்ச்சி, ஏற்றுமதி, இறக்குமதி மேம்பட்டு பொருளாதாரம் உயரும். ஆனால் கூடவே தனிநபர்கடன், வாகனக்கடன், வீட்டுக்கடன் வாங்குவோரது எண்ணிக்கை அதிகமாகும். அத்தியாவசியப் பொருட்களின் விலை உயர்ந்து பணவீக்கம் அதிகமாகும். இப்போது மத்திய வங்கி ரெப்போ விகிதத்தை உயர்த்திப் பொருளாதாரத்தை சமன் செய்யும். இந்த ஏற்ற இறக்கம் முழுவதும் பொருளாதாரத்தைச் சமநிலையில் வைப்பதற்கான முயற்சிகளே.

49. கிரெடிட் கார்டுகள்

"கிரெடிட் கார்டுகள் பயனுள்ளவை" - இப்படி எழுதுவதற்கு முன் நிறையவே யோசிக்க வேண்டியிருந்தது! கிரெடிட் கார்டு என்பது, குறிப்பிட்ட தொகையை 30 நாட்கள் முதல் 50 நாட்களுக்கு வட்டியில்லா கடனாக வழங்கும் ஒரு சாதனம். சரியாகப் பயன்படுத்தினால் கிரெடிட் கார்டுகளால் எக்கச்சக்க நன்மை உண்டு. சிறு தவறு நடந்தாலும் சுலபத்தில் தப்பித்து வர முடியாத பெரும் கடன் சுழலில் சிக்கிக்கொள்ள நேரிடும்.

50 நாட்கள் வட்டியில்லாக் கடன் என்பது போக, Reward Points என்ற பெயரில் எக்கச்ச டிஸ்கவுண்ட் கூப்பன்கள், பெரிய செலவுகளைத் தவணை முறையில் (Easy EMI) கட்டும் வசதி, பெட்ரோல் / டீசல் / சினிமா / பஸ் / ரயில் / விமான டிக்கெட்கள் புக் செய்யும் வசதி, குறிப்பிட்ட சில கிரெடிட் கார்டுகளைப் பயன்படுத்தும்போது ஆன்லைன் ஷாப்பிங் தளங்களில், ரெஸ்டாரண்ட்-களில் 5% முதல் 10% வரை தள்ளுபடி என்று வழங்கப்படுகிறது. சில கார்டுகளை வைத்திருப்பவர்களுக்கு விமான நிலையங்களில் பிரத்யேக ஓய்வறைகளை (Airport Lounge) இலவசமாகப் பயன்படுத்திக்கொள்ளும் வசதி உண்டு. சில கார்டுகளை வைத்திருப்பவர்களுக்கு இலவச இன்சூரன்ஸ் வழங்கப்படுகிறது. கொரோனா காலகட்டத்தில் வீட்டுவாடகையை (Rent Pay) கிரெடிட் கார்டு மூலம் கட்டும் வசதி அறிமுகப்படுத்தப்பட்டுள்ளது.

ஆனால் கிரெடிட் கார்டுகள் இரண்டு பக்கமும் சுடும் சர்க்கஸ் துப்பாக்கி. வித்தை தெரியாவிட்டால் கதை கந்தலாகிவிடும். வட்டியில்லை என்றாலும் கடன் கடன்தான். 50 நாட்களுக்குள் திரும்பக் கட்டவில்லையென்றால் வருடத்திற்கு 45% வரை கூட வட்டி குட்டி போட்டுக்கொண்டே இருக்கும். கிரெடிட் கார்டுகளைப் பயன்படுத்தி ஏடிஎம்-ல் பணம் எடுக்கலாம் என்பது எந்தச் சூழலிலும் பயன்படுத்தவே கூடாத வசதி. காரணம் மிக அதிக வட்டி!

சரியாகத் திட்டமிட்டு மாதச்செலவு அனைத்தையும் கிரெடிட் கார்டு மூலம் செலவு செய்வதன் மூலம் சம்பளப் பணத்தை அப்படியே அக்கவுண்டில் வைத்து அதற்கான வட்டியை லாபமாகப் பெறும் ஜித்தர்கள் உண்டு. கொஞ்சம் ரிஸ்க் எடுத்துத் திட்டமிட்டு மாதச்செலவிற்காகும் பணத்தை நல்லதொரு LIQUID FUND-ல் போட்டு வைத்துவிட்டு கிரெட் கார்டில் செலவு செய்தால் இன்னும் அதிக வட்டி கிடைக்கும் சாத்தியமும் உண்டு!

50. ஆன்லைன் கடன் ஆப்புகள்

ஆரம்பத்தில் பணம் சம்பாதிக்கும் திராணியிருந்தால் நினைத்ததை வாங்கலாம், வசதியாக வாழலாம் என்ற நிலை இருந்தது. அப்போது தேவைகள் குறைவாக இருந்தது. வட்டிக்குக் கடன் வாங்க மக்கள் கூச்சப்பட்டார்கள். காலம் மாறியது. ஆசைகள் அதிகமானது. சரியான சமயம் பார்த்து 'உன்னிடம் பணம் இல்லையென்றாலும் பரவாயில்லை செலவு செய்' என்று கடன் அட்டைகள் (Credit Cards) அறிமுகமானது. கடன் சுலபமானது. கூச்சம் காற்றில் பறந்தது. இப்போது அடுத்த கட்டமாக 'மொபைல் ஆப் மூலம் சில நொடிகளில் கடன்' என்ற பெயரில் நவீனக் கந்துவட்டி தொழில் கொடி கட்டிப் பறந்து கொண்டிருக்கிறது.

நடுத்தர மற்றும் அதற்குக் கீழ் வர்க்கத்தில் உள்ளவர்களே இவர்களது டார்கெட். வங்கியில் கடன் மறுக்கப்பட்டவர்கள் தானாகவே வலையில் வந்து சிக்கும் மீன்கள். ஆப் உள்ளே நுழையும் போதே ஆதார், பான் தகவல்களுடன், நமது இருப்பிடம் (location), செல்போனில் இருக்கும் தொடர்பு எண் பட்டியல் (contacts), போட்டோ கேலரி, மெசேஜ்களை வாசிக்க அனுமதி என்று கேட்பார்கள். பின்விளைவுகள் தெரியாமல் சுலபமாகக் கடன் கிடைக்கிறதே என்று நாமும் நம் சகலத்தையும் அவனும் பயன்படுத்த அனுமதி அளித்துவிடுவோம். கேட்கும் தொகையில் 25-30% சேவைக் கட்டணமாகப் பிடித்துக்கொண்டு மிச்சத்தை நம் வங்கிக் கணக்கிற்கு அனுப்புவார்கள்.

கடனாக வாங்கிய தொகையைத் திரும்பக் கட்ட 7 முதல் 30 நாட்கள் வரை அவகாசம் கொடுப்பார்கள். கட்டிவிட்டால் பிரச்சனை இல்லை. கட்டத் தவறினால் ஆரம்பத்தில் ஒரு நாளைக்கு ரூ. 500 வரை வட்டி ஏறும். மேலும் தாமதமானால் பணத்தை வசூல் செய்ய என்னென்ன செய்ய முடியுமோ அத்தனையையும் செய்யத் தொடங்குவார்கள். உதாராணத்திற்கு இவர்களது பிரபலமான வசூல் முறை - கான்டாக்ட் லிஸ்டில் உள்ள அனைவருக்கும் வரிசையாகப் போனைப் போட்டு கடன் வாங்கியவரைப் பற்றி மிகக் கேவலமாகப் பேசுவது. கேலரியில் உள்ள படங்களை எடுத்து ஆபாசமாக் சித்தரித்து 'கடனைக் கட்டாவிட்டால் பரப்புவடுவேன்' என்று மிரட்டுவது.

பணத்தை வசூல் செய்ய எந்த எல்லைக்கும் போவார்கள். ஆப் கடன்கள் வைக்கப் போகும் ஆப்பு தெரியாமல் நம் மக்களும் மிகச் சுலபமாக இந்தக் கந்துவட்டி திமிங்கலங்களது வலையில் சிக்கிக் கொள்கிறார்கள்.

51. இன்று வாங்கு, நாளை கொடு (Buy Now, Pay Later)

கிரெடிட் கார்டுகள் வந்த பிறகு தொடர்ந்து நடந்த வளர்ச்சி அபரிமிதமானது. ஏற்கனவே தேவைக்கு அதிகமாகச் செலவு செய்து கொண்டிருந்ததவர்களை, மேலும் கடனாளியாக்க 'மாதக் கடைசியில் வரும் பில்லை மொத்தமாகக் கட்டத் தேவையில்லை, 3, 6, 12 மாதம் என்று தவணைமுறையில் (EMI) கட்டிக்கொள்ளலாம்' என்றார்கள். இப்போது அடுத்தகட்டமாக, BUY NOW PAY LATER (BNPL) என்ற ஒன்றை அறிமுகப்படுத்தியிருக்கிறார்கள்.

கிரெடிட் கார்டு இல்லையா? பரவாயில்லை. நீங்களும் EMI யில் பொருள் வாங்கலாம், வட்டி கட்டலாம், கடனாளி ஆகலாம். கடன் கழுத்தை நெறித்து உயிரை எடுக்கும் வரை இவர்கள் ஓயமாடார்கள்.

பின்டெக் கம்பெனிகளுடன் சேர்ந்து ஈ-காமர்ஸ் ஷாப்பிங் தளங்கள் வழங்கும் குறுகிய காலக்கடன் திட்டம் இந்த BNPL கிரெடிட் கார்டு வாங்க முடியாத நடுத்தர மக்கள், கார்டு வைத்திருந்தும் கிரெடிட் லிமிட் தாண்டி விட்டவர்கள்தான் டார்கெட். ஷாப்பிங் தளத்தில் பணம் கட்ட வேண்டிய இடத்தில் Pay Later என்று தேர்தெடுத்துவிட்டால் நமக்குப் பதில் வியாபாரிக்கு பின்டெக் நிறுவனம் பணம் கொடுத்துவிடும். உடனுக்குடன் பணம் கிடைத்துவிடுவதால் இந்தத் தளங்கள் பின்டெக் கம்பெனிகளை ஆதரிக்கிறார்கள். கஸ்டமர்களான நமக்குத் தரப்படவேண்டிய 3-5% தள்ளுபடியைக் கம்பெனிக்குத் தருகிறார்கள்.

நாம் 30 நாட்களுக்குள் பணத்தைக் கட்ட வேண்டும். அப்படிக் கட்ட முடியாமல் தவணை முறையைத் (EMI) தேர்ந்தெடுத்தால் மாதவட்டியாக 2.5% வரை (வருடத்திற்கு 30%) வசூலிக்கப்படுகிறது. சேவைக் கட்டணம் தனியாக 2% கொடுக்க வேண்டும். சொன்ன தேதிக்குள் பணத்தைக் கட்ட முடியாமல் போனால் நாளுக்கு இவ்வளவு என்று வட்டி எகிறும். பணத்தைக் கட்டாதவர்களது கிரெடிட் ஸ்கோர் பாதிக்கும் என்பதையெல்லாம் விடுங்கள். பின்டெக் நிறுவனங்கள் இந்தக் கடனாளிகளை என்ன பாடுபடுத்தும் என்பதை முந்தைய பதிவிலேயே பார்த்துவிட்டோம்.

தண்டச்செலவு செய்வதை நாமாக உணர்ந்து நிறுத்தும் வரை பெருங்கடன் எனும் சுழற்சியில் இருந்து நம்மால் மீளவே முடியாது. விட மாட்டார்கள்.

52. கடன்களை அடைக்க இருவழிகள்

சமூகத்தின் அனைத்து வர்க்கத்தினரையும் ஆட்டுவிக்கும் ஒரு விசயம் - கடன். எதற்காக, யாரிடம், எவ்வளவு வட்டியில் கடன் வாங்கியிருக்கிறோம் என்பதைப் பொறுத்து அது நல்ல கடன், கெட்ட கடன் என்று வகைப்படுத்தப்படும். எந்தக் கடனாக இருந்தாலும் அதைக் காலம் தாழ்த்தாமல் சீக்கிரம் அடைத்துவிடுவது நல்லது. எந்தக் கடனை முதலில் அடைக்க வேண்டும்? சந்தேகமே இல்லாமல் அதிக வட்டிக்கு வாங்கிய கடனைத்தான். கந்துவட்டிக்கு அடுத்து அதிக வட்டி வசூல் செய்பவை கிரெடிட் கார்டுகளே! அதனை முதலில் அடைத்துவிட வேண்டும். அடுத்ததாக பெர்சனல் லோன், கடைசியாக வீட்டுக்கடன்.

'எனக்கு நிறைய கடன் இருக்கிறது. மாதமானால் வட்டி கட்டியே காலம் கடந்து விடுகிறது. இந்தச் சிக்கலில் இருந்து எப்படி மீள்வது என்று தெரியவில்லை' என்பது உங்கள் நிலையாக இருந்தால், கடன்களை அடைக்க இரண்டு வழிகளைப் பரிந்துரைக்கிறார்கள் வல்லுனர்கள்.

- SNOWBALL METHOD

சிறிய கடன்களை முதலில் அடைப்பது. சிறிய கடன்களை ஒவ்வொன்றாக வேகமாக அடுத்தடுத்து அடைப்பதன் மூலம், உளவியல் ரீதியாக நம் மனம் சற்று மகிழ்ச்சியடையும். வேகமாக மற்ற கடன்களையும் அடைக்க உந்துதல் ஏற்படும்.

- AVALANCHE METHOD

பெரிய கடன்களை முதலில் அடைப்பது. பெரிய சுமைகளை முதலில் இறக்கி வைப்பது. அதிக வட்டியை ஈர்க்கும் பெரிய கடன்களை எப்படியாவது சீக்கிரம் கட்டிவிட்டால் பிற்காலத்தில் சுமை குறையும்.

எது எப்படியோ ஏதாவது ஒரு வழியில் கடன்களை அடைத்துவிடுதல் நல்லது.

53. வீட்டுக்கடன் – Pre Payment

வீட்டுக்கடன் வாங்கும் முன், சில விஷயங்களைக் கவனத்தில் கொள்ள வேண்டியது அவசியம்.

உதாரணத்திற்கு, 50 லட்ச ரூபாய் கடன், வருடத்திற்கு 7% வட்டியில், 25 வருடங்கள் (300 மாதங்கள்) வட்டியாக மாதம் ரூ. 35,339 கட்ட வேண்டும். வட்டி மட்டும் 56 லட்சம். 50 லட்சம் கடனுக்கு, 20 வருடங்களில் ஒரு கோடியே 6 லட்ச ரூபாய் கட்ட வேண்டியிருக்கும்.

அடுத்ததாக, கடன் காலமான 300 மாதங்களில் முதல் 15 வருடம் (180 மாதங்கள்) நாம் கட்டும் தவணையின் (EMI) பெரும் பகுதி வட்டிக்குச் செல்லுமே தவிர, அசலுக்கு அல்ல. 15 வருடங்களுக்குப் பிறகு அசலுக்கும் வட்டிக்கும் சரிசமமாகப் பகிர்ந்து செல்லும். 3 வருடங்கள் (36 மாதங்கள்) மொத்தம் ரூ. 12,00,000 தவணை கட்டியிருப்பதாக வைத்துக் கொள்வோம். அசலில் ரூ. 2,46,460 குறைந்திருக்கும். ரூ. 10,00,000 வட்டிக்குப் போயிருக்கும். இந்தத் தகவல்களை அனைத்து வங்கி இணையதளங்களிலும் சரி பார்த்துக் கொள்ளலாம். 50 லட்ச ரூபாய் கடனுக்கு 1 கோடியாகத் திரும்பக் கட்டியிருப்போம். வட்டித் தொகையைக் குறைக்கச் சில வழிகள் உண்டு.

கடன் கட்டும் காலத்தை (Loan Tenure) குறைத்தால் - 50 லட்சம் கடனை 25 வருடத்திற்குப் பதில் 20 வருடமாக வாங்கினால் மாதத்தவணை 38,765 ரூ. வெறும் 3500ரூ. அதிகம். ஆனால் வட்டி 13 லட்சம் வரை குறையும்!

வருடாவருடம் ஒரு தவணையைச் சேர்த்துக் கட்டினால், அதாவது 12 மாதங்களுக்குப் பதில் 13 மாதங்கள் தவணை கட்டினால் மொத்த வட்டியில் 12 லட்சத்தை மிச்சப்படுத்தலாம்! மொத்தக் கடனையும் 300 மாதங்களுக்கு பதில் 245 மாதங்களில் அடைத்துவிடலாம். இதற்கு PRE PAYMENT என்று பெயர். கடன் வாங்கும் போதே Pre Payment செய்யலாமா, அதற்குத் தனியாக எதுவும் கட்டணம் உண்டா, கடன் ஆரம்பித்து எத்தனை வருடங்களுக்குப் பிறகு எத்தனை தவணைகள் சேர்த்துக் கட்டலாம் போன்ற விவரங்களைக் கேட்டு தெரிந்துகொண்ட பின் கடன் வாங்குவது நல்லது. காரணம் – வங்கிகள் செய்வது வட்டித் தொழில். கடன் காலம் அதிகமாக இருந்தால்தான் வட்டி அதிகம் வரும். லாபம் குறைவதை எந்தத் தொழில் செய்வோரும் ஒத்துக்கொள்ள மாட்டார்கள், சில வங்கிகள் ஒத்துக் கொள்ளாது.

54. வீட்டுக்கடன் – Step Up EMI

அதே உதாரணம். கடன் தொகை 50 லட்சம், 7% வட்டி, 25 வருடங்கள், மாதத்தவணை ரூ.35,339. இந்த தவணைத் தொகையை (EMI) வருடாவருடம் 5% மட்டும் ஏற்றிக் கட்டினால் - முதல் வருடம் (01-12 மாதங்கள்) ரூ. 35,339, இரண்டாம் வருடம் (13-24) ரூ.37,106, மூன்றாம் வருடம் (25-36) ரூ.38,961 - இப்படி வருடாவரும் தவணையை 5% ஏற்றிக் கட்டிக்கொண்டு வந்தால் மொத்த வட்டித் தொகையான 56 லட்சத்தில் கிட்டத்தட்ட 23 லட்சம் குறைந்துவிடும். 300 மாதக் கடன் காலம் என்பதும் 168 மாதங்கள் (14 வருடங்கள்) ஆகிவிடும். இதுவே வருடாவருடம் 10% ஏற்றிக் கட்டினால் வட்டித்தொகை 30 லட்சம் குறையும், கடன்காலம் 130 மாதங்கள் (11 வருடம்) ஆகிவிடும். இதற்கு STEP UP EMI என்று பெயர். வங்கிகளுக்கு ஆட்சேபணை இல்லாத பட்சத்தில் Prepayment உடன் Step-Up EMI முறையையும் சேர்த்து மிக விரைவாக வீட்டுக் கடனை அடைத்துவிடலாம்.

இந்த வழிகள் கடனைச் சீக்கிரம் அடைத்து, வீட்டைச் சொந்தமாக்கிக்கொள்ள வேண்டும் என்று நினைப்பவர்களுக்கானது. வீட்டுக்கடன் ஒரு பக்கம் போய்க் கொண்டிருக்கட்டும் (குறைந்த வட்டிதானே), அவசரமாகக் கையில் கிடைக்கும் பணத்தை எல்லாம் அதில் போட்டு ஏன் அடைக்க வேண்டும்? அந்தப் பணத்தை மாதாமாதம் அதிக வருமானம் தரும் வேறு வழிகளில் முதலீடு செய்தால் தவணைத் தொகைக்கு மேல் லாபம் பார்க்கலாம் என்று கணக்குப் போடுபவர்கள் தாராளமாக அப்படிச் செய்யலாம். Calculated Risk எடுப்பதில் எந்தத் தவறும் இல்லை.

வட்டியில் இரண்டு வகை உண்டு. Fixed Rate வட்டியாக இருந்தால் கடன் கட்டும் காலம் முழுக்க ஒரே விகிதம்தான். கடைசி வரை எந்த மாற்றமும் இருக்காது. இதுவே Floating Rate ஆக இருந்தால், மத்திய வங்கி வட்டி விகிதங்களில் மாற்றம் கொண்டு வரும்போது நம் கடனுக்காக வட்டி விகிதமும் மாறும். சமீபத்திய கொரோனா காலகட்டத்தில் வங்கிகள் பெருமளவில் வட்டி விகிதத்தைக் குறைத்தன. இப்படி நடக்கும்போது சில வங்கிகள் (பொதுத்துறை) தாமாகவே வட்டியைக் குறைத்துக் கொள்ளும். சில வங்கிகள் கமுக்கமாக இருந்து கொள்ளும். விஷயம் தெரிந்து, நாம் வங்கிக்கு நேரில் சென்று பேசி, எழுதிக் கொடுத்து வட்டி விகிதத்தைக் குறைத்துக் கொள்ளலாம். வட்டி விகிதம் மாறுவதால் மாதாமாதம் நாம் கட்டும் தவணைத் தொகை மாறாது. கடன் தொகை, கடன் காலம் குறையும்.

55. வீட்டுக்கடன் – Take Over, Overdraft & Restructure

வீட்டுக்கடனில் இருக்கும் சில முக்கியமான வசதிகளைப் பார்ப்போம்.

- TAKE OVER

அதிக வட்டிக்கு அல்லது Fixed Rate-ல் முன்பு ஒரு வங்கியில் வாங்கித் தவணை கட்டிக்கொண்டிருக்கும் வீட்டுக்கடனை, குறைந்த வட்டி தரும் வேறு வங்கிக்கு மாற்றிக் கொள்ளலாம். இப்படிச் செய்ய உங்களது CIBIL SCORE 750-க்கு மேல் இருக்க வேண்டும், தொடர்ந்து ஒரு வருடம் இடைவிடாது தவணை (EMI) கட்டியிருக்க வேண்டும். புதிய வங்கி பழைய வங்கியிடமிருந்து மீதமிருக்கும் உங்களது கடன் தொகையை வாங்கிக் கொள்ளும் (Take Over). புதிய வங்கியின் புதிய வட்டி விகிதப்படி மீதமுள்ள கடனை இனி நீங்கள் அடைத்துக் கொள்ளலாம். இந்தச் சேவைக்கு Conversion Fee என்று ஒரு சிறு கட்டணத்தைப் புதிய வங்கி கடன் தொகையோடு சேர்த்துக் கொள்ளும்.

- OVERDRAFT

எத்தனை வங்கிகள் இந்த வசதியைச் செய்து கொடுப்பார்கள் என்று தெரியவில்லை. அவ்வபோது கையில் கிடைக்கும் பணத்தைக் கட்டி (Prepayment) சீக்கிரம் கடனை அடைப்பது நல்ல விஷயமாக இருந்தாலும், இப்படிச் செய்வதால் அவசரத் தேவைக்குக் கையில் பணம் இல்லாத சூழல் ஏற்படலாம். இதைத் தவிர்க்க ஒரு வழி உண்டு. வீட்டுக்கடன் வழங்கும் வங்கி Overdraft வசதி கொடுக்கத் தயாராக இருந்தால், அதை எடுத்து வைத்துக்கொள்ள வேண்டும். மாதத் தவணை போக, அவ்வபோது கிடைக்கும் பணத்தை இந்த Overdraft கணக்கில் சேர்த்தால், அது Prepayment ஆக எடுத்துக்கொள்ளப்படும். எப்போது வேண்டுமானாலும் அந்த எக்ஸ்ட்ரா பணத்தை மீண்டும் வெளியே எடுத்துக்கொள்ளலாம். உதாரணத்திற்கு 50 லட்சம் கடன், தவணை போக, 5 லட்ச ரூபாயை 3 மாதங்கள் மட்டும் இந்தக் கணக்கில் போட்டு வைத்திருந்தால், அந்த 3 மாதத்திற்கு 45 லட்ச ரூபாய்க்கு மட்டுமே வட்டி போடப்படும்.

ஒரே ஒரு சிக்கலான கன்டிசன் - Overdraft வசதியைப் பயன்படுத்திக் கொள்பவர்களுக்கு மற்றவர்களைவிட வட்டி விகிதம் கொஞ்சமே கொஞ்சம் அதிகமாக இருக்கும்.

- RESTRUCTURE

வாங்கிய கடனைக் கட்ட முடியாமல் சிக்கலில் மாட்டிக் கொள்பவர்கள் செய்ய வேண்டிய கடைசி முயற்சி இது.

அதிகக் கடன், வேலையிழப்பு, உயிரிழப்பு போன்ற பல்வேறு காரணங்களால் கடனுக்கான தவணையைத் தொடர்ந்து கட்டவில்லை என்றால் முதலில் வங்கியில் இருந்து போன் வரும், அடுத்து தபால் வரும், அடுத்து ஆள் வரும், அடுத்து நோட்டீஸ் வரும். வீட்டுக் கடனுக்கு வீடுதான் பிணை (Collateral) என்பதால் கட்டக் கடைசியாக வேறு வழியே இல்லை என்றால் வீட்டை ஜப்தி செய்து ஏலம்விடும் முயற்சியில் வங்கி இறங்கும். இப்படிச் செய்வதால் கடன் வாங்கியவருக்கு மட்டுமல்ல, வங்கிக்கும் பெருத்த நஷ்டமே! ஆக, அந்த அளவிற்குப் போகவிடாமல், இப்போதிருக்கும் சூழலில் கடனைக் கட்ட முடியாது என்று ஆணித்தரமாகத் தெரிந்ததுமே, அதற்கான ஆதரங்களை எடுத்துக் கொண்டு ஒரு வக்கீல் அல்லது ஆடிட்டருடன் வங்கி மேலாளரைப் பார்த்துப் பேசுவது உத்தமம். அவர் மனது வைத்தால் வட்டியைக் குறைத்து, அசலை மட்டும் கொஞ்சம் கொஞ்சமாக வசூல் செய்யும் விதமாகக் கடனை மறுகட்டமைப்பு (Restructure) செய்து கொடுக்க முடியும்.

வங்கி மேலாளருடனான முயற்சி தோல்வியடையும் பட்சத்தில் Banking Ombudsman என்ற பெயரில் இயங்கும் மத்திய வங்கி (RBI) கட்டுப்பாட்டில் இயங்கும் அலுவலகத்திற்குக் கடன் பற்றிய விபரங்களையும், உங்களது நிலையும் கடிதம் (ஈ-மெயில்) மூலம் எடுத்துச் சொல்லி உதவி கேட்கலாம். கட்டாயம் பதில் வரும். காரணங்கள் நியாயமாக இருந்தால், மத்திய வங்கிச் சார்பாக கடன் வாங்கியிருக்கும் வங்கிக்குத் தகவல் கொடுக்கப்பட்டு கடன் சுமையைக் குறைக்க ஏற்பாடு செய்வார்கள். கவனிக்க - எக்காரணமும் கொண்டு கடனை ரத்து செய்யவே மாட்டார்கள். கடன் கட்டும் கால அவகாசத்தை நீட்டித்துக் கொடுப்பார்கள்.

பி.கு: கடன் வாங்கும் அனைவருக்கும் மேல் சொன்ன வசதிகள் கிடைக்கும் என்று சொல்ல முடியாது. கடன் கொடுத்த வங்கி, வங்கியுடனான உங்களது முந்தைய பரிவர்த்தனைகள், வங்கியின் மேலாளர், கடன் தொகை, உங்கள் Cibil Score என்று பல காரணிகள் இந்த வசதிகள் உங்களுக்குக் கிடைக்குமா, கிடைக்காதா என்பதைத் தீர்மானிக்கும்.

56. மாற்று அடமானக் கடன்
(Reverse Mortgage Loan)

60 வயது வரை அயராது உழைத்து, கடமைகளை எல்லாம் முடித்து, காலாகாலத்தில் போய்ச் சேராமல் ஒருவேளை தொழில்நுட்ப வளர்ச்சி + மருத்துவத்துறையின் அபார பங்களிப்பால் நாம் 90 வயது வரை வாழ வேண்டி வந்தால் - முழுதாக 30 வருடங்கள் எந்த வருமானமும் இல்லாமல் அடுத்தவரை மட்டுமே நம்பி காலத்தை ஓட்ட வேண்டும். யோசித்துப் பார்க்கவே பயமாக இருக்கிறதல்லவா? பிள்ளைகள் பார்த்துக் கொள்வார்கள்தான். ஆனால், பிள்ளைகளுக்குப் பெற்றவர்கள் ஏ.டி. எம் மெஷினாகத் தெரிவதும், பெற்றவர்கள் பிள்ளைகளைத் தங்களது ரிட்டயர்மெண்ட் பெனிஃபிட் ஆக நினைத்துக் கொள்வதும் இரு தரப்பினருக்குமே நல்லதல்ல. தாயும் பிள்ளையும் ஒன்றென்றாலும் வாயும் வயிறும் வேறு என்பதே நிதர்சனம். உதவியாக இருக்கும்வரை ஓகே. உடல் தளர்ந்தால் யாராக இருந்தாலும் பாரம்தான். நம்மை நாம் தான் காப்பாற்றிக் கொள்ள வேண்டும். முதுமையில் வறுமையும் சேராதிருக்க, சம்பாதிக்கும் காலத்திலேயே சரியான இடங்களில் முதலீடு செய்து வைத்துக்கொள்ள வேண்டும்.

முதலீடு செய்த பணத்தை ஓய்வுக்காலத்தில் (பெரும்பாலும் 60 வயதிற்கு பின்) மொத்தமாகவோ, மாதம் ஒரு சிறு தொகையாகவோ (Annuity) வாங்கிக் கொள்ளும் திட்டங்கள்தான் முதல் தேர்வாக இருக்க வேண்டும். வேறு வழியே இல்லை - வருமானம் இல்லை, பிள்ளைகள் இல்லை / இருந்தும் கைவிட்டு விட்டார்கள். அடுத்தவரை அண்டிப்பிழைக்க விருப்பமில்லை, புதிதாய்ச் சேமிக்க கையில் பணமில்லை, ஆனால் - சொந்தமாக ஒரு வீடு இருக்கிறது என்றால் ஒரு வழி உண்டு.

REVERSE MORTGAGE LOAN - மறு அடமானக் கடன். வீட்டை விற்கத் தேவையில்லை. மாறாக, வங்கியில் அடமானம் வைத்து மாதாமாதம் பணம் வாங்கிக் கொள்ளலாம்.

இந்தக் கடனைப் பெற

1. வயது 60 ஆகி இருக்க வேண்டும். தம்பதி என்றால் கணவனுக்கு 60 வயதும், மனைவிக்கு 55 வயதும் முழுமையடைந்திருக்க வேண்டும்
2. சொந்தமாக ஒரு வீடு இருக்க வேண்டும்
3. வீடு கணவன் அல்லது மனைவி பெயரில் இருக்க வேண்டும்

4. வீடு அவர்கள் வசிப்பிடமாக இருக்க வேண்டும். வாடகைக்கு விட்டிருக்கும், பிள்ளைகளுக்குக் கொடுத்திருக்கும் வீட்டின் மேல் கடன் கிடைக்காது. கணவன் அல்லது மனைவி அல்லது இருவரும் அங்கு தங்கியிருக்க வேண்டும் (Permanent Residence). வீட்டின் மீது எந்தவிதமான கடனோ, உரிமைப் பிரச்சனையோ, வில்லங்கமோ இருக்கக்கூடாது.

இந்தக் கண்டிசன்களை பூர்த்திச் செய்தால், அந்த வீட்டை வைத்து மொத்தமாக ஒரு தொகை (Lumpsum) அல்லது மாதாமாதம் ஒரு தொகையை (Annuity/ Pension) வாங்கிக் கொள்ளலாம். கடன் வாங்குபவரது வயது, கடன் காலம் (பெரும்பாலும் 15-20 ஆண்டுகள்), வீட்டின் மதிப்பு, நடைமுறையில் இருக்கும் வட்டிவிகிதம் பொறுத்து வட்டித்தொகை (கையில் கிடைக்கும் தொகை) மாறுபடும். பிராசசிங் கட்டணம், பத்திர செலவு, பதிவுச்செலவுகள் உண்டு.

கடன் வாங்குபவர் தனது ஆயுட்காலம் முழுக்க அதே வீட்டில் தங்கிக் கொள்ளலாம். பணத்தை திருப்பித் தரவேண்டியதில்லை. கடன் காலத்தில் கணவன் இறந்துவிட்டாலும் மனைவி அதே வீட்டில் தங்கிக் கொள்ளலாம். பணம் வருவது தொடரும். இந்திய வருமான வரிச்சட்டப் பிரிவு 10(43) படி, 60 வயதிற்கு மேலான மூத்த குடிமகன்களுக்கு வரும் பணம் வருமானமாகக் கருதப்படாது என்பதால் இந்தப் பணத்திற்கு முழுமையான வரிவிலக்கு உண்டு.

இடையில் வீட்டை மீட்க வேண்டுமானால் முழுக் கடன் தொகையையும் வட்டியுடன் திரும்பக் கட்ட வேண்டும். Pre-Payment கட்டணம் இருந்தால் கொடுக்க வேண்டியிருக்கும். ஒருவேளை கணவன் - மனைவி இருவரும் இறந்து வாரிசுகள் உரிமை கோரினாலும் இதே கண்டிசன்தான், வட்டியுடன் கடனைக் கட்டினால் மட்டுமே வீட்டுப் பத்திரம் கிடைக்கும். இல்லையா, கடன் கொடுத்த வங்கி / நிறுவனம் வீட்டை விற்று அதில் தங்களுக்குச் சேர வேண்டியதை வங்கி எடுத்துக் கொண்டு பாக்கிப் பணத்தைக் கொடுக்கும்.

இந்தியாவில் அதிகம் பேருக்குத் தெரியாத, பெரிதாக நடைமுறையில் இல்லாத வயதானவர்களுக்கான கடன் இது. மேலும் முழு விபரம் தெரியாமல் இருக்கும் ஒரு வீட்டையும் தவறான நபர்களிடம் எழுதிக் கொடுத்து ஏமாறுவதற்கான வாய்ப்புகளும் இதில் அதிகம். கிடைக்கும் பணமும் அத்தியாவசியத் தேவைகளைப் பூர்த்தி செய்யுமளவிற்குத் தான் இருக்கும்.

ரிஸ்க் அறிந்து, நிதி / சட்ட ஆலோசகர் உதவியுடன் மறு அடமானக் கடனை அணுக வேண்டும்.

57. கடன் கொடுத்தார் நெஞ்சம் போல!

கடன் - நண்பருக்கு, உறவினருக்கு, தெரிந்தவருக்கு, உடன் வேலை செய்பவருக்கு, பக்கத்து வீட்டுக்காரருக்கு, நண்பனின் நண்பனுக்கு - யாருக்காக இருந்தாலும் - அது கைமாற்றாகவோ அல்லது வட்டிக்கோ எதுவாக இருந்தாலும், 'இந்தப் பணம் திரும்ப வராது' என்ற மனநிலையிலேயே கொடுங்கள். வந்தால் ஓகே. வராவிட்டால் அந்தப் பணம் இல்லாமலும் நம்மால் சமாளிக்க முடிய வேண்டும்.

மற்ற விஷயங்கள் எப்படி இருந்தாலும், இந்தக் 'கடன்' மட்டும் இன்றைய சூழலில் மிகச் சுலபமாகிவிட்டது. வங்கிகள், கடன் நிறுவனங்கள், ஆன்-லைன் ஆப்கள் என்று போட்டி போட்டுக் கொண்டு குறைந்த வட்டிக்குக் கடன் கொடுத்துக் கொண்டிருக்கிறார்கள்.

கடன் தேவை இருப்பவருக்கு கிரெடிட் ஸ்கோரில் எந்தப் பிரச்சனையும் இல்லையென்றால், வருடத்திற்கு 10-12% வட்டிக்கு பெர்சனல் லோன் கிடைக்கும். தங்கம் வைத்திருந்தால் வெறும் 2 மணிநேரத்தில் வருடத்திற்கு 8% வட்டிக்கு நகைக்கடன் வாங்கலாம். குறைந்த கால பணத்தேவைக்கு இருக்கவே இருக்கிறது கிரெடிட் கார்டு - 50 நாளைக்கு... வட்டியில்லாக் கடன் கிடைக்கும் கிரெடிட் கார்டிலேயே தவணை முறையில் திரும்பக் கட்டிக்கொள்ளும் வசதியுடன் கடன் தருகிறார்கள். வங்கி FD, இன்சூரன்ஸ் பாலிசி, PF, மியூச்சுவல் ஃபண்ட், SGB பாண்டு, போஸ்ட் ஆபீஸ் சேமிப்பு என்று எது இருந்தாலும் அதை அடகு வைத்துக் கடன் வாங்கலாம்.

நாணயமான ஆள், கொடுத்த வாக்கைக் காப்பாற்றுவான், பணம் சரியாகத் திரும்ப வந்துவிடும் என்ற நம்பிக்கை இருந்தால் தான் ஒருவருக்குக் கடன் கொடுக்க முன்வருவோம். நாமே இப்படி என்றால், கடன் கொடுப்பதையே தொழிலாக வைத்திருக்கும் நிறுவனங்கள் இவற்றைக் கவனிக்க மாட்டார்களா? அவர்களே கைவிட்ட ஒருவருக்கு நாம் கடன் கொடுத்தால், எப்படித் திரும்ப வரும்? அவசரத்திற்குக் கடன் கொடுப்பது தவறில்லை. தினம் வாழ்வதற்கே கடனை நம்பியிருப்பவர்களுக்குக் கடன் கொடுக்கவே கூடாது.

வேறு வழியில்லை நட்பு விட்டுப் போகும், சொந்தம் விட்டுப் போகும், கொடுத்துத்தான் ஆக வேண்டும் என்றால் கடன் கொடுங்கள், கொடுத்துவிட்டு மறந்துவிடுங்கள் - அந்த நபரையும், உங்கள் பணத்தையும்.

58. தங்கப்பத்திரம் (Sovereign Gold Bonds)

இந்தியாவில் இப்போது எங்கும் தங்கம் கிடைப்பதில்லை. தங்கத்தின் விலையைவிட அதை வெட்டி எடுக்க ஆகும் செலவு அதிகம் என்பதால் இந்தியாவின் தங்கச் சுரங்கமான கோலார் தங்கவயல் என்றழைக்கப்படும் KGF 2001 ஆம் ஆண்டு முதலே மூடப்பட்டுக்கிடக்கிறது. இப்போதிருக்கும் தங்கம் முழுவதுமே வெளிநாடுகளில் இருந்து இறக்குமதி செய்யப்பட்டது. தங்கம் வாங்குவதில் இருக்கும் மிகப்பெரிய மனசங்கடங்கள் செய்கூலி & சேதாரம். கூடவே GST. பாதுகாப்புச் சிக்கல்கள் தனி. இந்தச் சிக்கல்களைச் சரி செய்யும் விதமாக, ஆபணரமாக இல்லாமல் சேமிப்பு, முதலீட்டிற்கான மாற்று வழிதான் தங்கப்பத்திரம் என்றழைக்கப்படும் - SOVEREIGN GOLD BONDS (SGB)

நவம்பர் 2015 ஆம் ஆண்டு முதல் மத்திய அரசுடன் இணைந்து ரிசர்வ் வங்கி இந்த தங்க முதலீட்டுப் பத்திரங்களை வெளியிட்டு வருகிறது. வருடத்திற்கு 12 முறை (tranches), அன்றைய தங்கத்தின் மதிப்பில் ஒரு கிராம் பத்திரங்களாக வெளியிடப்படும். இதற்குச் செய்கூலி, சேதாரம், GST இல்லை. திருட்டுப் பயம் இல்லை. கூடுதலாக வருடத்திற்கு 2.5% வட்டி வழங்கப்படுகிறது (வரி உண்டு). தங்கத்தின் விலை ஏற ஏற நாம் வாங்கி வைத்திருக்கும் பத்திரத்தின் மதிப்பும் ஏறும். தங்கம் போலவே இந்தப் பத்திரங்களை வைத்தும் கடன் வாங்கிக் கொள்ளலாம் என்பது கூடுதல் வசதி. ஒரே சிக்கல் இதன் முதிர்வு காலம் - 8 ஆண்டுகள். டிமேட் கணக்கு வைத்திருப்போருக்கு அந்தக் கவலையும் இல்லை. தங்கப்பத்திரத்தைச் சாதாரண பங்குகளைப் போல ஷேர் மார்க்கெட்டில் சேர்த்து எப்போது வேண்டுமானாலும் விற்றுக்கொள்ளலாம் (Capital Gain வரி கட்டவேண்டும்) அஞ்சல் அலுவலகம், தேசிய வங்கிகள் அனைத்திலும் தங்கப் பத்திரம் கிடைக்கும். ஆன்லைனிலும் வாங்கலாம். ஆன்லைனில் வாங்கும்போது பத்திரவிலையில் இருந்து கூடுதலாக ரூ.50 டிஸ்கவுண்ட் கொடுக்கப் படுகிறது. தங்கத்தில் சிறிய அளவேனும் முதலீடு இருப்பது நல்லது. அது பத்திரமாக, பத்திரங்களாக இருப்பது இன்னும் நல்லது.

59. செல்வமகள் சேமிப்பு திட்டம்
(Sukanya Samriddhi Yojana)

பெண் குழந்தைகளுக்கான பிரத்யேக சேமிப்பு, முதலீட்டு திட்டம் இது.

- 10 வயதிற்கு உட்பட்ட குழந்தை பெயரில், பெற்றோர்/காப்பாளர் அஞ்சலகம்/வங்கிகளில் ரூ.250 செலுத்திக் கணக்கு தொடங்கலாம்.

- ஒரு குழந்தையின் பெயரில் ஒரு கணக்கு மட்டுமே தொடங்க முடியும். அதிகபட்சம் ஒரு குடும்பத்திற்கு 2 குழந்தைகள் பெயரில் கணக்குகள், இரட்டையர்கள் இருந்தால் 3 கணக்குகள் வரை தொடங்கலாம். வெளிநாட்டு வாழ் இந்தியர்களால் (NRI) கணக்கு தொடங்க முடியாது.

- வருடத்திற்குக் குறைந்தபட்ச முதலீடு ரூ. 250 அதிகபட்சம் 1.5 லட்சம். இடையில் பணம் கட்டத் தவறினால் ஆண்டுக்கு ரூ. 50 அபராதம் + குறைந்தபட்ச தொகையான ரூ. 250 கட்டிக் கணக்கைத் தொடரலாம்.

- வருடாந்திர வட்டியாக 8% (2023-24 நிதியாண்டு) கொடுக்கப்பட்டு வருகிறது. முதலீட்டுத் தொகை, வட்டி, முதிர்வுத் தொகை மூன்றிற்கும் வருமான வரிப்பிரிவு 80C கீழ் வரிவிலக்கு அளிக்கப்படுகிறது.

- குழந்தைக்கு 18 வயது ஆகும் வரை கணக்கு பெற்றோர்/காப்பாளர் பொறுப்பில் இருக்கும். நாமினி (Nominee) வசதி கிடையாது.

- குழந்தையின் 21 ஆவது வயதில் கணக்கு முதிர்வடையும். அதுவரை பணத்தை வெளியே எடுக்க முடியாது. 18 வயது நிறைவடைந்ததும் கல்விச் செலவிற்காக 50%, அடுத்து திருமணத்திற்கு 100% பணத்தை எடுத்துக்கொள்ளலாம்.

- இடையில் காப்பாளர் இறந்துவிட்டால் புதியவர் பொறுப்பேற்கும் வரை கணக்கு முடங்கியிருக்கும். புதியவர் கணக்கைத் தொடர்வதா அல்லது முடித்துக்கொள்வதா என்று முடிவு செய்து கொள்ளலாம். இடையில் குழந்தை இறந்துவிட்டால்/கொடும் நோயால் அவதிப்பட்டு வந்தால் கணக்கு முடிக்கப்பட்டு பணம் காப்பளரிடம் ஒப்படைக்கப்படும்.

60. செல்ல மகன் சேமிப்பு திட்டம் (Public Provident Fund)

பொது வருங்கால வைப்பு நிதி (PPF – Public Provident Fund) தமிழகத்தில் பொன்மகன் சேமிப்பு திட்டம் என்றும் அழைக்கப்படுகிறது.

- இந்தியப் பிரஜைகள் எவரும் அஞ்சலகம் / வங்கிகளில் PPF கணக்கைத் தொடங்கலாம். 10 வயதிற்கு உட்பட்ட குழந்தைகள் பெற்றோருடன் இணைப்புக் கணக்காகத் (Joint Account) தொடங்கலாம். ஒருவர் பெயரில் ஒரு கணக்கு மட்டுமே தொடங்க முடியும். கணக்கை இந்தியா முழுவதும் எந்த அஞ்சலகம் / வங்கிக்கும் எத்தனைமுறை வேண்டுமானாலும் மாற்றிக் கொள்ளலாம் (Account Transfer)
- வருடத்திற்கு குறைந்தபட்ச முதலீடு 500 ரூபாய், அதிகபட்சம் 1.5 லட்ச ரூபாய். இடையில் பணம் கட்டத்தவறினால் ரூ.50 அபராதம் + குறைந்தபட்ச தொகையான ரூ.500 கட்டி கணககைத் தொடரலாம்.
- குறைந்தபட்ச முதலீட்டுக் காலம் (Lock-in Period) 15 வருடங்கள். கூடுதலாக மேலும் 5 ஆண்டுகள் வரை கணக்கைத் நீட்டிக்கலாம்.
- 01.04.2020 முதல் வருடாந்திர வட்டியாக 7.1% கொடுக்கப்பட்டு வருகிறது. முதலீட்டுத் தொகை, வட்டி, முதிர்வுத்தொகை மூன்றிற்கும் வருமான வரிப்பிரிவு 80C கீழ் வரிவிலக்கு அளிக்கப்படுகிறது.
- கணக்கு தொடங்கப்பட்டதில் இருந்து 5 ஆண்டுகள் நிறைவடைந்த பிறகு 50% தொகையை வெளியே எடுத்துக் கொள்ளலாம். அல்லது அவசர தேவை எனும் பட்சத்தில் கணக்கை முடித்துக்கொள்ளலாம். வட்டிக்கணக்கில் இருந்து 1% கட்டணமாகப் பிடித்துக் கொள்ளப்படும்.
- வருடத்திற்கு ஒரு முறை என்று முதலாம் ஆண்டு முடிவில் இருந்தே PPF கணக்கு மூலம், அதில் நாம் கட்டியுள்ள பணத்தில் இருந்து 25% வரை கடனாக வாங்கிக் கொள்ளலாம்.
- நாமினி வசதி உண்டு. இடையில் கணக்கு வைத்திருப்பவர் இறந்துவிட்டால், உரிய ஆவணங்கள் சமர்பிக்கப்பட்டதும், நாமினியிடம் பணம் ஒப்படைக்கப்படும்.

61. தேசிய பென்ஷன் திட்டம்
(NPS – National Pension Scheme)

அரசு ஊழியர்களுக்கு இருந்த மிகப் பெரிய பலம் பென்ஷன். 2004 ஆம் ஆண்டு மத்திய அரசால் பென்ஷன் திட்டம் ரத்து செய்யப்பட்டு, அதற்கு மாற்றாக National Pension Scheme (NPS) திட்டம் அறிமுகப்படுத்தப்பட்டது. The Pension Fund Regulatory and Development Authority (PFRDA) - ஓய்வூதிய நிதி ஒழுங்காற்று மற்றும் மேம்பாட்டு ஆணையத்தால் நிர்வகிக்கப்படும் NPS திட்டம், 2009 ஆம் ஆண்டு அரசு ஊழியர்கள் மட்டுமல்லாமல் தனியார் ஊழியர்கள், சுயத்தொழில் செய்வோர் என 18 வயது முதல் 70 வயது வரையிலான இந்திய பிரஜைகள் அனைவரும் பயன்படுத்திக்கொள்ளும் விதத்தில் மாற்றி அமைக்கப்பட்டது.

NPS திட்டத்தில் வங்கிகள், தனியார் நிதி நிறுவனங்கள் என்று 300-க்கும் அதிகமான வழிகளில் இணையலாம் அல்லது https://enps.nsdl.com என்ற இணையதளத்தின் மூலமாகவும் கணக்கைத் தொடங்கலாம்.

NPS -ல் இரண்டு வகையான பென்ஷன் கணக்குகள் உள்ளது. அடுக்கு 1 (Tier 1) மற்றும் அடுக்கு 2 (Tier 2).

Tier 1 ஓய்வூதியக் கணக்கில் அரசு ஊழியர்கள் தங்களது சம்பளத்தில் (Basic Salary) 10% இதில் ஒதுக்க வேண்டியது கட்டாயம். மற்றவர்கள் குறைந்தபட்சம் ரூ.500 கட்டிக் கணக்கைத் தொடங்கலாம். பிறகு மாதம் ரூ.250 அல்லது வருடத்திற்கு ரூ.1000 கட்ட வேண்டும். Tier 1-ல் முதலீடு செய்யப்படும் பணத்திற்கு ஒவ்வொரு ஆண்டும் வருமான வரிப்பிரிவு 80C-ல் காட்டப்படும் ரூ. 1,50,000 தவிர்த்து வரிப்பிரிவு 80 CCD மூலம் மேலும் ரூ.50,000 வரிவிலக்குப் பெறலாம். மேலும், NPS மூலம் திரும்பக் கிடைக்கும் பணத்திற்கு வரி கிடையாது. மொத்தமும் Tax Free.

Tier 2 என்பது சேமிப்புக் கணக்கு. குறைந்தபட்சம் ரூ.1000 கட்ட வேண்டும். அரசு, தனியார் ஊழியர்கள் சம்பளத்தில் பிடிக்கப்படுவது போக தனிப்பட்டமுறையில் இதில் பணம் சேமிக்கலாம். Tier 2 கணக்கைத் தொடங்க கட்டாயம் Tier 1 கணக்கு இருக்க வேண்டும். Tier 2-ல் இருக்கும் பணத்தை எப்போது வேண்டுமானாலும் வெளியே எடுத்துக் கொள்ளலாம். Tier 1-க்கு மாற்றிக் கொள்ளலாம்.

NPS-ல் நாம் சேர்க்கும் பணம் 4 வகைகளில் முதலீடு செய்யப்படுகிறது.

- E - Equity - பங்குச் சந்தை முதலீடு. ரிஸ்க் அதிகம். பங்குச் சந்தை ஏற்ற இறக்கத்திற்கு ஏற்ப லாப விகிதமும் மாறும்.

- C - Corporate Bonds - தனியார் கடன் பத்திரங்களில் முதலீடு. நல்ல வருமானம் கிடைக்கும் வாய்ப்பு இருந்தாலும் ரிஸ்க் உண்டு.

- G - Government Bonds - அரசு கடன் பத்திரங்களில் முதலீடு. ரிஸ்கில்லா முதலீடு, நிலையான வருமானம்.

- A - Alternate. பிற முதலீடுகள்.

மேற்சொன்ன 4 வகைகளில் எதில் எத்தனை சதவிகிதம் இருக்க வேண்டும் என்பதை நாமே முடிவு செய்துகொள்ள முடியும். இதற்கு Active Choice என்று பெயர். நாம் தேர்ந்தெடுத்த திட்டத்தின் செயல்பாடு திருப்தியாக இல்லையென்றால் வேறு திட்டத்திற்கு மாற்றிக்கொள்ளலாம்.

மற்றது Auto Choice - நம் வயதிற்கேற்ற முதலீட்டு சதவிகிதத்தை ஸ்கீம்களே முடிவெடுக்கும். வயது அதிகம் ஆக ஆக ரிஸ்க் படிப்படியாகக் குறைக்கப்படும்.

NPS என்பது நீண்ட கால சேமிப்புத் திட்டம். 25 வயதிலேயே சேமிப்பைத் தொடங்கிவிட்டாலும் வயது 60 ஆகும் முன் பணத்தை எடுக்க முடியாது. இடையில் பணத்தை எடுப்பது திட்டத்தின் நோக்கத்தையே கெடுக்கக்கூடிய செயல் என்றாலும், மூன்று வருடங்கள் NPS-ல் தொடர்ந்து பணம் கட்டி வந்தால், குறிப்பிட்ட காரணங்களுக்காக (குழந்தைகளது திருமணம், உயர்படிப்பு, வீடு வாங்குதல், மருத்துவச்செலவு...) 25% வரை சேமிப்பிலிருந்து எடுக்கலாம். 60 வயதிற்குப் பிறகு நாம் அதுவரை சேமித்த தொகையில் இருந்து 60% பணத்தை (Corpus) வெளியே எடுத்துக்கொள்ளலாம். மீதமுள்ள பணம் மாதாமாதம் பென்ஷனாக (Annuity) வழங்கப்படும். பணம் கட்டிவருபவர் இடையில் இறந்துவிட்டால் பணம் வாரிசிற்கு வழங்கப்படும். வாரிசு, அந்தப் பணத்தை மொத்தமாகவோ, பென்ஷனாகவோ வாங்கிக் கொள்ளலாம்.

இன்றைய தேதிக்கு NPS திட்டமானது ஈக்விட்டியின் பங்கு இருப்பதால், 10% முதல் 12% வரை வருமானம் கொடுத்து வருகிறது. எந்த முதலீட்டையும் போல NPS-யிலும் நீண்ட காலம் இடைவிடாது தொடர்ந்து முதலீடு செய்து வந்தால், கூட்டுவட்டி மேஜிக்கால் அதிக லாபத்தைப் பெற முடியும்.

62. சீட்டுக் கட்டுதல்

நடுத்தர மக்கள் தொடங்கிச் சிறு குறு தொழில் செய்வோர் வங்கிகளை விட அதிகம் நம்புவது 'சீட்டு' முறை சேமிப்பைத் தான். சிட் ஃபண்ட் (Chit Fund) என்பது அடிப்படையில் குறிப்பிட்ட தொகையை, குறிப்பிட்ட கால இடைவெளியில் கட்டி அதை மொத்தமாகப் திரும்பப் பெறுவது. இதில் பலவகை உண்டு.

- குலுக்கல் சீட்டு

பெரும்பாலும் லாப நோக்கம் இல்லாமல் தெரிந்தவர்களாகச் சேர்ந்து தங்களுக்குள் நடத்திக்கொள்ளும் சீட்டு முறை. உதாரணத்திற்கு 10 பேர் சேர்ந்து 10 மாதத்திற்கு ஆளுக்கு 10,000 ரூ. என்று கட்டுவார்கள். ஒவ்வொரு மாதமும் 10 பேர் பெயரையும் சீட்டில் எழுதிப்போட்டு குலுக்கி, பெயர் விழுபவருக்கு 1,00,000 ரூபாயைக் கொடுப்பார்கள். ஆரம்பத்தில் எடுப்பவருக்கு வட்டியில்லாப் பணம் அதிர்ஷ்டம். மற்றவர்களுக்கு அதிர்ஷ்டமும் இல்லை, நட்டமும் இல்லை. போட்ட பணம் வந்துவிடும்.

- நகை சீட்டு

நகைக்கடைகள் அனைத்திலுமே இந்தச் சீட்டு வசதி இப்போது நடைமுறையில் உள்ளது. சீட்டுக்காலம் 12 மாதங்கள். 11 மாதத் தவணையை நாம் கட்ட வேண்டும். ஒரு தவணையை நகைக்கடை ஏற்றுக்கொள்ளும். சீட்டு முடிந்ததும் சேர்ந்த தொகைக்குப் பணமாக அல்லாமல் அன்றைய விலைக்கு நகையாக எடுத்துக் கொள்ளலாம். சிறுகச் சிறுக தங்கம் சேர்க்க மிகச்சிறந்த வழி.

- பண்டிகை / பலகார / தீபாவளி / சரக்கு சீட்டு

வருடம் முழுக்கப் பணம் கட்டி பண்டிகைக்குத் தங்கம், பாத்திரங்கள், இனிப்பு, பட்டாசு என்று வாங்கிக் கொள்ளலாம். ஃபுல் பாட்டில் சரக்கு இத்தனை, சைஃட் டிஷ் இத்தனை பாக்கெட் என்று பண்டிகை தினத்தன்று குடிப்பதற்காக வருடம் முழுக்கப் பணம் கட்டிச் சேர்ப்பவர்களும் உண்டு.

மற்றச் சீட்டுகளைவிட நகை சீட்டில் கொஞ்சம் ரிஸ்க் அதிகம். தங்கவிலையில் இருக்கும் ஏற்ற இறக்கத்தினால் உண்டாகும் விலை வித்தியாசத்தை நகைக்கடைகள் சமாளித்துவிடும். நகை சீட்டு நடத்தும் தனிநபர்கள் நகை கொடுக்க வேண்டிய சமயம் தங்கம் விலை ஏறியிருந்தால் மாட்டிக்கொள்வார்கள்.

- ஏலச்சீட்டு

10 பேர் சேர்ந்து மாதம் ரூ.10,000 கட்டி ரூ.1,00,000 சீட்டு சேர்கிறார்கள் என்றால், முதல் சீட்டைச் சீட்டு நடத்துபவர் எடுத்துக் கொள்வார். அடுத்த மாதம் சீட்டுத்தொகை ஒன்றுக்கு மேற்பட்டவருக்கு தேவைப்பட்டால், சீட்டு ஏலம் விடப்படும். இதை 'தள்ளி எடுப்பது' என்று சொல்வார்கள். அதாவது விட்டுக் கொடுப்பது. ஒரு லட்சத்தில் 20,000 ரூபாயை ஒருவர் தள்ளி எடுப்பதாக ஏலம் எடுத்தால், மற்றவர்கள் அந்த மாதம் ரூ.8000 கட்டினால் போதும். ரூ.80,000 ஏலம் எடுத்தவருக்குக் கொடுக்கப்படும். இப்படி மாதாமாதம் பணம் தேவைப்படுவோர் ஏலத்தில் தள்ளி எடுத்துப் பணத்தைப் பெற்றுக் கொள்ளலாம். யாரும் ஏலம் கேட்காவிட்டால் மாதத் தவணை அதே 10,000 ரூபாயாக இருக்கும்.

சிறியதும் பெரியதுமாக நம் நாட்டில் எக்கச்சக்கச் சீட்டுக் கம்பெனிகளும், தனிநபர்கள் பலரும் சீட்டு நடத்தி வருகிறார்கள். லாபக் கதைகளைவிடப் பணத்தைச் சுருட்டிக்கொண்டு ஓடியவர்களது கதைகளைத்தான் அதிகம் கேட்டிருப்போம். சீட்டு நடத்துபவர் ஏமாற்றுவதும், சீட்டுப் பணத்தை ஆரம்பத்திலேயே எடுத்துக்கொண்டு அடுத்த தவணைகளைக் கட்டாமல் ஏமாற்றுபவர்களும் இருக்கிறார்கள். ஆனால் இன்னும் கிரமாங்களில் எளிய மக்களைச் சின்னச்சின்ன தேவைகளை இந்தச் சீட்டுமுறையே தொடர்ந்து பூர்த்திச் செய்து வருகிறது. குறிப்பாக இந்தியாவைத் தவிர வேறு எந்த நாட்டிலும் சீட்டுப் போட்டுப் பணம் சேர்க்கும் முறை இருப்பதாகத் தெரியவில்லை.

வட்டிக்குக் கடன் வாங்குவதைவிடச் சீட்டுக் கட்டிப் பணம் சேர்ப்பது நிச்சயம் லாபகரமானதுதான். கொஞ்சம் பெரிய தொகை என்றால் Chit Fund Act 1982 சட்டத்தின் கீழ் அங்கீகரிக்கப்பட்ட சீட்டு கம்பெனிகளிடம் மட்டுமே பணத்தைக் கட்ட வேண்டும். கம்பெனிகள் தாங்கள் நடத்தும் ஒவ்வொரு சீட்டையும் தனித்தனியாகப் பதிவு செய்ய வேண்டும் என்பது விதிமுறை.

சந்தை நிலவரத்தைவிட அதிக வட்டி தருவதாகச் சொன்னால் யார், என்ன என்று எதையும் விசாரிக்காமல் போய் பணத்தைக் கொடுத்துவிடக் கூடாது. நன்குத் தெரிந்தவர், பல வருடங்களாக அதே ஊரில் இருப்பவர். சீட்டுத் தொழில் தவிர வேறு தொழிலிலும் இருப்பவர் (நஷ்டம் ஏற்பட்டாலும் சமாளிக்கும் திறனுடையவர்) போன்ற நமக்குத் திருப்தியான, நம்பிக்கையான ஆட்கள், கம்பெனிகளிடம் பணம் போடுவது நல்லது.

63. தங்கம்

தங்கம் – பல ஆயிரம் வருடங்களாக மனிதனை ஆட்டிப்படைத்துக் கொண்டிருக்கும் உலோகம். இந்த கிரிப்டோகரன்சி காலத்தில் கூட ஆணித்தரமாகக் கூறலாம் - இன்னும் சில ஆயிரம் ஆண்டுகள் தங்கம் அதன் மதிப்பு மாறாமல் தாக்குப் பிடிக்கும் என்று. தங்கத்திற்கும் மனிதனுக்குமான நெருக்கம் அப்படி. தங்கம் நமக்கு வெறும் ஆபரணமோ, முதலீடோ அல்ல கௌரவம். சில வருடங்களுக்கு முன்பு வரை உலக நாடுகளது செல்வம் அவர்களிடமிருந்த தங்கத்தை வைத்தே மதிப்பீடு செய்யப்பட்டது.

தங்கம் வாங்குவதை நாமும் சரி உலக நாடுகளும் சரி, நிறுத்தப் போவதில்லை. தங்கம் வாங்கும்போது நாம் கவனிக்க வேண்டிய சில விஷயங்கள் இதோ...

ஆபரணத் தங்கமாக வாங்கும்போது நமக்கிருக்கும் பெரிய பிரச்சனை – செய்கூலி, சேதாரம். வாங்கும் இடம் பொறுத்து இதன் அளவு பெருமளவு மாறுபடும். மொத்தத் தங்கத்தில் 25-30% சேதாரம் போடும் பகல் கொள்ளை எல்லாம் நடந்து கொண்டுதான் இருக்கிறது. செய்கூலி கூட ஓகே, சேதாரத்தை முடிந்தவரை குறைத்துப் பேசி வாங்க வேண்டும்.

தங்கத்தின் விலை அதன் எடை, தூய்மை மற்றும் வேலைபாடுகளை வைத்து மதிப்பிடப்படுகிறது. 100% சுத்தத் தங்கத்தை வைத்து ஆபரணங்கள் செய்ய முடியாது. கொஞ்சம் செம்பு, வெள்ளி, நிக்கல் சேர்த்தே நகை செய்யப்படுகிறது. தங்கத்தின் தூய்மையை கேரட் (Karat) என்ற அளவுகோலை வைத்து தீர்மானிக்கிறார்கள். 99.9% சுத்தமான தங்கம் என்பது 24 கேரட். தங்க நாணயம் அல்லது தங்கக் கட்டிகள் மட்டுமே 24 கேரட்டில் கிடைக்கும். பெரும்பாலும் 91.6% தூய்மைத் தன்மை உடைய 22 கேரட் (22 பகுதி தங்கம் 2 பகுதி வேறு உலோகங்கள்) தங்கமே நகைகள் செய்யப் பயன்படுத்தப்படுகிறது. இது தவிர பயன்பாட்டைப் பொறுத்து 18 கேரட், 14 கேரட், 10 கேரட் தங்கமும் கிடைக்கிறது.

தங்கத்தை அப்படியே எடை போட்டுத்தான் விலை போடுகிறார்கள். அதில் இருக்கும் கற்களுக்கும் (precious stones) தங்கத்தின் விலையைக் கொடுக்கவேண்டி வரலாம். இந்தக் கற்களை ஒட்டவைக்க பசை அல்லது மெழுகைப் பயன்படுத்துவார்கள். அதற்கும் தங்கத்தின் விலை தான். வாங்கிய நகையை அடுத்து விற்றாலோ, அடகுவைத்தாலோ ஏன் அதே கடையில் மாற்றினாலும்கூட கற்களது எடையைக் கழித்து விட்டுத்

தங்கத்திற்கு மட்டும்தான் பணம் தருவார்கள். ஆக வாங்கும் போதே தங்க விலையில் கற்களைக் கழித்து வாங்க வேண்டும். முடிந்தவரை கற்கள் வைத்த நகை வாங்குவதையே தவிர்க்க வேண்டும்.

மத்திய அரசின் BIS (Bureau of Indian Standards) அமைப்பு வழங்கும் ஹால்மார்க் (Hallmark) தரச் சான்றிதழ் பெற்ற நிறுவனங்களது நகைகளில் BIS முத்திரை பொறிக்கப்பட்டிருக்கும். 916 KDM என்பதும் 22 கேரட் தங்கம்தான் (91.6% தங்கம்). Cadmium என்ற உலோகம் பயன்படுத்தப்படுவதால் அந்தப் பெயர். இவைதவிர இப்போது கியாரண்டிக்காக நகைக் கடைகள் தங்கள் நிறுவனத்தின் முத்திரையையும் தங்கத்தில் பொறித்துத் தருகிறார்கள். எப்போது வந்து விற்றாலும் (மாற்றிக்கொண்டாலும்) அன்றைய தங்க விலைக்கு எடுத்துக்கொள்வதாகச் சொல்கிறார்கள். நகைக்கடைகளில் சீட்டுப் போட்டுத் தங்கம் சேர்ப்பதும் இப்போது பிரபலமாகி வருகிறது.

நம் முதலீட்டுக் கலவையில் (Portfolio) 5% ஆவது தங்கம் இருக்க வேண்டியது அவசியம். பங்குச் சந்தை விழும் போதெல்லாம் தங்கத்தின் விலை ஏறி நஷ்டத்தை ஈடுகட்டும். நகைகளாக, நாணயம் / தங்க கட்டி ஆகத்தான் இருக்க வேண்டும் என்ற அவசியம் இல்லை. பாண்டுகளாகவும் (SGB - Sovereign Gold Bonds), பங்குச் சந்தையில் ETF (Exchange Traded Fund) களாகவும், மியூசுவல் ஃபண்டு வழியாகவும் தங்கம் வாங்கலாம்.

தங்கத்திற்கு GST 3%. இதைச் சேமிக்க நினைத்து ரசீது இல்லாமல் நகை வாங்கி, பின்னால் நகை திருடு போனாலோ, சேதாரம் ஆனாலோ ரசீது இல்லாமல் எங்குப் புகார் கொடுத்தாலும் செல்லுபடி ஆகாது.

பழைய, தரம் குறைந்த தங்கம் சேர்த்து சீரமைக்கப்பட்ட நகைகளும் சுற்றலில் இருக்கும் என்பதால் நாம் வாங்கும் தங்கம் எந்த ஆண்டு தயாரிக்கப்பட்டது என்பதையும் கேட்டுத் தெரிந்துகொள்ள வேண்டும்.

சில பின்டெக் நிறுவனங்களிம் ஆப் (App) மூலம் டிஜிட்டல் தங்கம் வாங்கும் வசதி உள்ளது. ஆபரணத் தங்கத்தின் விலைக்கும் ஆப்-ல் காட்டும் விலைக்கும் 2-3% விலை வித்தியாசம் இருக்கும். GST 3% உண்டு. விற்கும்போது வாங்கிய விலையைவிட 3-4% குறைத்துத்தான் வாங்கிக் கொள்வார்கள். மேலும் இன்சூரன்ஸ்/ லாக்கர் கட்டணம் என்று 1-2% வாங்குவார்கள். எப்படிப் பார்த்தாலும் நஷ்டமே மிஞ்சும் என்பதால் இந்த ஆப் தங்கத்தைத் தவிர்த்துவிடலாம்.

64. நிலம்

ரியல் எஸ்டேட் பற்றி நான் தெரிந்துகொண்ட விஷயங்கள் சில...

முதலீட்டிற்காக இடம் வாங்கிப் போடுவது நல்லதுதான் என்றாலும், கடன் வாங்கி நிலம் வாங்குவது அவ்வளவு புத்திசாலித்தனம் கிடையாது. இதற்குப் பல காரணங்களைச் சொல்லலாம். ரியல் எஸ்டேட்டையே தொழிலாக வைத்திருப்பவர்கள் கடன் வாங்கி நிலம் வாங்குவதற்கும், சம்பளக்காரர்கள் நிலம் வாங்கிக் கைமாற்றி லாபம் பார்க்கலாம் என்ற நோக்கத்தில் சைடு பிசினஸாக ரியல் எஸ்டேட்டை அணுகுவதற்கும் வித்தியாசம் உண்டு. ரியல் எஸ்டேட் இன்றும், என்றும் லாபம் தரக்கூடிய தொழிலாக இருந்தாலும் 10 ஆண்டுகளுக்கு முன்பு இருந்ததைப் போன்ற அசுர வளர்ச்சியை இன்று எதிர்பார்க்க முடியாது. சென்னை உள்ளிட்ட பெருநகரங்களில் நிலத்தின் மதிப்பு அதன் அதிகபட்ச உச்சத்தைத் தொட்டு பல வருடங்கள் ஆகிறது.

நிலத்தில் முதலீடு என்பது என்றுமே நீண்ட கால அடிப்படையில் மட்டுமே இருக்க வேண்டும். கையிருப்பில் பணம் இருந்தால், வேறு முதலீட்டு முறைகளில் அனுபவம் / நம்பிக்கை இல்லையென்றால் பணத்தை நிலத்தில் போட்டு வைக்கலாம். ஒரு இடத்தை வாங்கும் போதே அதன் விலைக்கு மேல் முத்திரைக் கட்டணம், பதிவுக்கட்டணம், தரகுக்கட்டணம் (Brokerage) என்று நிலத்தின் மதிப்பில் 10% செலவு செய்ய வேண்டியிருக்கும். பணவீக்கத்தையும் கணக்கில் கொண்டால், விற்கும்போது விலை 15% அதிகமாகக் கிடைத்தால்தான் லாபம் இருக்கும். குறுகிய காலத்தில் நிலத்தில் 15% சாத்தியம் இல்லை.

நிலத்திற்கான அப்ரூவல் அவசியம் இருக்க வேண்டும். CMDA - Chennai Metropolitan Development Authority (சென்னை பெருநகர வளர்ச்சிக் குழுமம்), DTCP - Directorate of Town and Country Planning (நகர் அமைப்பு இயக்குனரகம்) - இந்த இரண்டு அமைப்புகளுக்கு மட்டுமே தமிழ்நாட்டில் லே அவுட்களுக்கு அனுமதி வழங்கும் அதிகாரம் உள்ளது. கிராம பஞ்சாயத்து அப்ரூவல் என்பது இதில் சேராது. அது NOC போலத்தான். அப்ரூவல் பின்னால் வாங்கிக்கொள்ளக்கூடிய சாத்தியமுள்ள இடங்கள் மலிவான விலைக்குத் தைரியமாக வந்தால் வாங்கலாம்தான். ஆனால் பின்னாட்களில் பாதை, பொதுப் பயன்பாட்டுக்கு, பூங்கா போன்ற வசதிகளுக்கு இடம் விடாமல் வீட்டைக் கட்டிவிட்டால் சிக்கலாகிவிடும். விற்கும் போது பஞ்சாயத்து ஆகும், விலை குறையும் அல்லது விலை போகாது.

நாம் வாங்கும் நிலம் முதலீடாக இருக்கலாம் அல்லது வீடு கட்டலாம், பயன்பாடு எதுவாக இருந்தாலும், இடத்தை வாங்கும் போதே சரியான பாதையுடன், நிலத்தடி நீர், மின்சாரம், அருகில் பஸ் ஸ்டாப், கடைகள், மருத்துவமனை உள்ளிட்ட அடிப்படை வசதிகள் உள்ளதா என்று பார்த்து வாங்க வேண்டும். வாசலுக்கே பஸ் வரும், 60 அடியில் தண்ணீர் வரும், 10 அடி தூரத்தில் மால் வருகிறது, பள்ளி வருகிறது என்று புரோக்கர் சொல்வதை நம்பாமல் நேரில் சென்று தீர விசாரிப்பது நல்லது.

எந்த நிலத்திற்கும் அடிப்படை விலை என்று ஒன்று இருப்பதாகத் தெரியவில்லை. விலையை நிர்ணயம் செய்வதில் நில உரிமையாளர்களைவிடத் தங்களுக்குத்தான் அதிகம் உரிமை இருப்பதாக நினைத்துக் கொள்கிறார்கள் நிலத்தரகர்கள். அவர்கள் சொல்லும் விலை வேதவாக்கு அல்ல. நிலம் வாங்குவது அவசர அவசரமாகச் செய்ய வேண்டிய காரியம் அல்ல, வாங்கியதும் நிலம் தங்கமாக மாறப் போவதும் அல்ல. அவசரத்திற்கு விற்கவும் முடியாது. நிதானமாக யோசித்து, ஒரு முறைக்குப் பலமுறை நேரில் சென்று சுற்றிப் பார்த்து, அக்கம்பக்கம் விசாரித்து நிலத்தில் முதலீடு செய்ய வேண்டும்.

முதலீடு வேறு, நட்பு வேறு, தர்மம் வேறு. நண்பர்கள், தெரிந்தவர்கள், சொந்தக்காரர்கள் சொல்கிறார்கள் என்பதற்காக, அவர்களுக்கு ஏதாவது ஆதாயம் இருக்கும் என்பதற்காக அவர்கள் சொல்லும் நிலத்தில், ஸ்கீமில் முதலீடு செய்வது பெருந்தவறு. தெரிந்தவருக்கு உதவ 1000 வழிகள் உண்டு, முதலீடு அதில் ஒரு வழி அல்ல.

தற்போது வசிக்கும் இடத்திற்குக் கொஞ்சம் அருகில், ஏதாவது என்றால் போய் வரக்கூடிய தூரத்தில் நம் நிலம் இருக்க வேண்டும். வெளிநாட்டில் இருந்து கொண்டு தெரிந்தவர்கள் வாயிலாக தெரியாத ஊரில் கண்காணாத ஓர் இடத்தில் பிற்காலத்தில் இயற்கை விவசாயம் செய்யும் பிளானில் இடம் வாங்குவதை அறவே தவிர்ப்பது நமக்கு மட்டுமல்ல விலைவாசிக்கு, அடுத்து இடம் வாங்க நினைப்பவர்களுக்கு, ஏன் மொத்த பூமிக்குமே கூட நல்லது.

65. அஞ்சலக சேமிப்புத் திட்டங்கள்

வங்கிகளுக்கு இணையாக அஞ்சல் துறை வழங்கிவரும் சேமிப்புத் திட்டங்கள்

SB – Post Office Savings Account,
RD - National Savings Recurring Deposit

வங்கிகளைப் போலவே 4% வட்டியில் சேமிப்புக் கணக்கு, 5 ஆண்டு முதிர்வுக் காலத்துடன் 5.8% வட்டியில் ரெக்கரிங் டெபாசிட் கணக்குகளை அஞ்சலகங்களிலும் தொடங்கலாம். செக்புக், டெபிட் கார்டு, நெட்பேங்கிங் வசதி உண்டு. குறைந்தபட்ச வைப்புத் தொகை ரூ. 100. உட்சவரம்பு இல்லை.

TD – National Savings Time Deposit

1, 2, 3 வருட சேமிப்புத் திட்டங்களுக்கு 5.5% வட்டி, 5 வருட திட்டத்திற்கு 6.7% வட்டியுடன் வரிச்சலுகையும் உண்டு. குறைந்தபட்ச முதலீடு ரூ. 1000.

National Savings Monthly Income Account

மாத வருமானம் தேவைப்படுவோருக்கான சேமிப்புத் திட்டம். அதிகபட்ச தொகை தனிநபருக்கு ரூ. 4,50,000, கூட்டுக்கணக்கிற்கு ரூ.9,00,000. மாதாமாதம் 6.6% வட்டித்தொகை வருமானமாக சேமிப்புக் கணக்கிற்கு வந்துவிடும்.

SCSS - Senior Citizens Savings Scheme

60 வயதினருக்கான 5 ஆண்டுத் திட்டம். அதிகபட்சம் 15 லட்சத்தை முதலீடு செய்யலாம். காலாண்டுக்கு ஒருமுறை 7.4% வட்டித்தொகை வந்துவிடும்.

NSC – National Savings Certificate

1000 ரூபாய் மதிப்பிலான பத்திரம் 5 வருடத்தில் 6.8% வட்டியுடன் 1389.49 ரூபாயாகும். உட்சவரம்பு இல்லை. 80C பிரிவில் வரிச்சலுகை உண்டு.

KVP – Kisan Vikas Patra

இந்தத் திட்டத்தில் முதலீடு செய்யப்படும் தொகையை 124 மாதங்களில் 6.9% வட்டியுடன் சேர்த்து டபுளாகத் திரும்பப் பெற்றுக் கொள்ளலாம்.

66. சொந்த வீடு

சொந்த வீடு - மற்ற நாடுகளில் எப்படி என்று தெரியவில்லை. ஆனால் இந்தியர்களுக்கு, குறிப்பாகத் தமிழர்களுக்கு இதுவொரு பெருங்கனவு. சொந்தமாக வீடு வாங்கினால்தான் செட்டில் ஆகிவிட்டதாக ஊர் நம்பும். 'சொந்தமா வீடு கூட இல்லாதவன நம்பி எப்படிப்பா பொண்ணு குடுக்குறது...' என்பதில் தொடங்கி, சிறியதோ, பெரியதோ வீடு என்பது பல இடங்களில் நம் பொருளாதார நிலைபாட்டின் அளவுகோலாக இருக்கிறது. ஆனால் உண்மையில் இளவயதில் வீட்டுக்கடன் என்பது பெரும் சுமை.

சின்ன வயசு, ரிஸ்க் எடுக்கலாம். வரியைச் சேமிக்கலாம். விளையாட்டாய் ஒரு சொத்தை உருவாக்கலாம் என்று 25 வயதுகூட ஆகாத இளைஞர்களது தலையில் 50, 60 லட்சம் கடன் ஏற்றப்படுகிறது. அடுத்த 15, 20 ஆண்டுகளுக்கு அவன் அவனுக்காக வேலை செய்கிறானோ இல்லையோ, அந்தக் கடனுக்காக நிச்சயம் வேலை செய்தே ஆக வேண்டும், பிடிக்கிறதோ இல்லையோ ஏதாவது ஒரு வேலையில் இருந்தே ஆக வேண்டும். சொந்த வீடு வாங்கவே கூடாதா? வாங்கலாம். காலமெல்லாம் வாடகை வீட்டில் இருந்தவர்களது வாழ்நாள் லட்சியமாகச் சொந்த வீடு இருக்கும். கையில் கொஞ்சம் பணமும், வங்கியில் கடன் வாங்கத் தகுதியும் இருந்தால் தானும், தன் குடும்பமும் வாழ ஒரு வீட்டை எவ்வளவு சீக்கிரம் முடியுமோ அவ்வளவு சீக்கிரம் சொந்தமாக்கிக் கொள்ளலாம்.

ஆனால் – வருமானம் வரும் என்று இரண்டாவதாக ஒரு வீட்டில் முதலீடு செய்வது முட்டாள்தனம். இடம், கட்டிடம் என்று 50 லட்சம் செலவழித்து ஒரு வீட்டைக்கட்டி வாடகைக்கு விட்டாலும் அதிகபட்சம் ரூ.15,000 வாடகை வரும். வருடத்திற்கு 3.6%. FD வட்டியை விடக் குறைவு. சொத்தின் மதிப்பு (நிலத்தின்) உயரும்தான். கூடவே விலைவாசியும் (பணவீக்கம்) உயரும். அதுவே அந்தப் பணத்தை வருடத்திற்கு 8-12% வருமானம் தரும் வேறு முதலீடுகளில் போட்டு வைத்தால், நம் பணம் வேகமாக வளரும்.

அதிகம் உழைக்க, சிந்திக்க, ஓட முடியாத ஓய்வு பெற்றவர்ளுக்கு வீடு கட்டி வாடகைக்கு விடுவது பாதுகாப்பான முதலீடாக, மாத வருமானமாக இருக்கலாம். ஆனால் சம்பாதிக்கத் தொடங்கியிருக்கும் இளம் வயதினருக்கு இருக்க ஒரு சொந்த வீடு புத்திசாலித்தனம். இரண்டாவது வீடு ஆடம்பரம்.

67. வீடு வாங்கும்முன் கவனிக்க வேண்டியவை

புது வீடு - தனி வீடு, அபார்ட்மென்ட் எதுவாக இருந்தாலும் வீடு வாங்கும் முன் கவனிக்க வேண்டிய முக்கியமான விஷயங்கள் என்று சில உண்டு.

தனி வீடு என்றால் யார் கட்டியது (பொறியாளர், கொத்தனார்), அப்பார்ட்மெண்ட் என்றால் பில்டர். இதற்கு முன் அவர்கள் கட்டிய வீடுகளின் இன்றைய நிலை என்ன என்பதை ஒருமுறைக்குப் பலமுறை நேரில் சென்று தீர விசாரிக்க வேண்டும். வீடு கட்டப்பட்டிருக்கும் நிலத்தின் பட்டா, சிட்டா, அடங்கல் உள்ளிட்ட ஆவணங்கள் அனைத்தும் எந்தச் சிக்கலும் இல்லாதிருப்பது மிக மிக அவசியம். அப்பார்ட்மெண்ட் என்றால் எத்தனை மாடிக்கட்டிடத்திற்கு அனுமதி வாங்கியிருக்கிறார்கள் என்று பார்க்க வேண்டும். ‘இப்போதைக்கு 3 மாடி வாங்கியிருக்கோம், 6 மாடி கட்டப்போறோம், பின்னால பாத்துக்கலாம்’ என்றால் ‘நன்றி வணக்கம்’ என்று சொல்லிவிட்டு ஓடிவந்து விடுவது உத்தமம்.

நகரங்களில் இது சர்வசாதாரணம். கட்டிடப்பணிகள் நடந்து கொண்டிருக்கும். ‘மாடல் அப்பார்ட்மெண்ட்’ என்ற பெயரில் ஒரே ஒரு வீட்டை மட்டும் கட்டி அதைப் பக்காவாக ரெடி செய்து காட்சிக்கு வைத்திருப்பார்கள். என்னென்ன வசதிகள் (கார் பார்கிங், ப்ளே ஏரியா, நீச்சல் குளம், ஜிம்) எங்கெங்கு வருகிறது என்பதை அழகாக லே அவுட் படம் போட்டு வைத்திருப்பார்கள். வாரயிறுதிகளில் ஷாப்பிங் போவது போல குடும்பமாக ஒவ்வொரு கன்ஸ்ட்ரக்ஷன் சைட்டாகப் போய் மக்கள் பார்த்து வருவார்கள்.

கட்டி முடிக்கப்பட்ட வீடுகளை விட, இது போன்ற ஆரம்பப் பணிகளில் இருக்கும் வீடுகள் கொஞ்சம் மலிவான விலைக்குக் கிடைக்கலாம். பில்டர்கள் கையிறுப்புப் பணத்தைப் போட்டு தொடங்கிவிடுவார்கள். ஒவ்வொரு வீடாக விற்க விற்க வேலை தொடர்ந்து நடக்கும். நல்ல இடம், நல்ல பெயர் எடுத்த பில்டர் என்றால் வீடுகள் மளமளவென்று விற்றுக்கொண்டே இருக்கும், கட்டிடம் உயர்ந்து கொண்டே வரும். ஏதாவது சிக்கல் என்றால் வீடுகள் விற்காது. சொன்ன தேதியில் வீடு நம் கைக்குக் கிடைக்காது.

ஆக, அப்பார்ட்மெண்ட் கட்ட ஆரம்பித்தது எப்போது, எப்போது முடியும், அப்ரூவல் அனைத்தும் உள்ளதா, நாம் வாங்கப் போகும் வீட்டின் கார்பட் ஏரியா எவ்வளவு, காமன் ஏரியா எவ்வளவு, பில்ட் அப் ஏரியா, சூப்பர் பில்டப் ஏரியா எவ்வளவு, மெயிண்டனன்ஸ்

யார் பார்ப்பார்கள், தண்ணீர் வசதி, செப்டிக் டேங்க் வசதி எப்படி, வருங்காலத்தில் ஏதாவது என்றால் பில்டர் இறுதி வரை உடன் வருவாரா அல்லது அசோசியேசன் அமைத்துக் கொடுத்துவிட்டு சென்று விடுவார்களா என்று அனைத்தையும் கேட்டு உறுதிப்படுத்திக் கொள்ள வேண்டும்.

கட்டிக்கொண்டிருக்கும் வீட்டின் பெயரில் வாங்கும் கடனுக்கான தவணையை முழுமையாக ஆரம்பத்தில் இருந்தே கட்டலாம் அல்லது வீடு கட்டி முடிக்கப்படும் வரை அசலைத் தவிர்த்து வட்டியை மட்டும் Pre-EMI ஆகக் கட்டலாம். வாடகை வீட்டில் இருப்பவர்களுக்கு புது வீடு தயாராகும் வரை வாடகை + EMI இரண்டையும் கட்ட சிரமமாக இருக்கும். அந்தச் சுமையை Pre EMI குறைக்கும். வீடு கட்டிக்கொண்டிருக்கும் போது குறைந்த விலைக்கு வாங்கி, கட்டி முடிக்கப்பட்டதும் நல்ல விலைக்கு கைமாற்றி விடுபவர்களுக்கும் இது நல்ல வசதி. ஒரே ஒரு சிக்கல், Pre EMI-க்கு எந்த வரிச்சலுகையும் கிடையாது. வீடு தயாரானதும், வீடு ஒப்படைக்கப்பட்டதற்கான சான்றிதழை (Possession Certificate) வங்கியிடம் கொடுத்தால், அசல்+வட்டி இரண்டும் சேர்ந்த EMI-ஐ தொடங்கும். இந்தத் தொகைக்கு பிரிவுகள் 80C, 24A களில் வரிவிலக்கு வாங்கிக் கொள்ளலாம்.

எதற்காக வீடு வாங்குகிறோம் என்ற நோக்கம் (purpose) முக்கியம். நாம் தங்கவா, அல்லது வாடகைக்கு விடவா, அல்லது வாங்கி விற்கவா, ஆபிஸ் போடவா, கெஸ்ட் ஹவுஸா என்பதைப் பொறுத்து அதற்கான வசதிகள் உள்ளனவா என்று பார்க்க வேண்டும். நல்ல காற்று வசதி, நீர் வசதி, சாலை வசதி - இந்த மூன்றும் நோக்கம் எதுவாக இருந்தாலும் அத்தியாவசியமாகத் தேவை. நாம் தங்கப்போகும் வீடென்றால் ஆபிஸ் அருகில் இருந்தால் மட்டும் போதாது, புறநகராக இருக்கும்பட்சத்தில் பஸ் வசதி, மருத்துவமனை, பள்ளிக்கூடம், அத்தியாவசியத் தேவைகளுக்கான கடைகள் அருகில் உள்ளதா என்பதை உறுதி செய்துகொள்ள வேண்டும். ஆசை ஆசையாகப் புறநகரில் பெரிய வீடாக வாங்கிவிட்டு ‘7 மணிக்கெல்லாம் பஸ்ஸ புடிச்சு 2 மணிநேரம் போக வேண்டியிருக்கு, ஆத்திர அவசரத்துக்கு மாத்திரை வாங்கக்கூட 3 கி.மீ போக வேண்டியிருக்கு’ என்று ஒரு வருடத்திற்குள் புது வீட்டைக் காலி செய்து விட்டு வாடகை வீட்டில் குடியேறுபவர்களே இங்கு அதிகம்.

நாம் கொடுக்கும் விலை சரியானதுதானா என்பதையும் பார்க்க வேண்டும். வருங்காலத்தில் ஏதாவதொரு சூழலில் வீட்டை விற்க வேண்டி வரலாம். என்றும் நிலத்திற்குத் தான் மதிப்பு அதிகம். அப்பார்ட்மெண்ட் என்றால் பூமியும் சொந்தமல்ல, வானமும் நமக்குச் சொந்தமல்ல. வாங்கும் அளவிற்கு விற்பதும் சிக்கல் இல்லாமல் இருப்பது அவசியம்.

68. மாற்று முதலீடுகள்

பேங்க் FD, RD, PF, NPS, ஈக்விட்டி, அஞ்சலக சேமிப்பு 'பாரம்பரிய முதலீடுகள்' என்றால் சமீபகாலமாகப் பிரபலமாகி வரும் சில புதிய முதலீட்டு திட்டங்கள் 'மாற்று முதலீடுகள்'. கவர்ச்சிகரமான ரிட்டர்ன்ஸ் தருவதாகச் சொல்லும். அதற்கு இணையான இந்தப் புதிய முதலீடுகளில் ரிஸ்க்கும் உள்ளது. சந்தைக்குப் புதிதான சில மாற்று முதலீடுகள் இவை.

- *REITs & InvITs*

Real Estate Investment Trust (REITs) - SEBI-யின் கட்டுப்பாட்டில் இருக்கும் இந்த டிரஸ்ட்களின் கட்டுப்பாட்டில் தொடர் வருமானம் தரும் அலுவலகக் கட்டிடங்கள், ஷாப்பிங் மால்கள் உள்ளிட்ட ரியல் எஸ்டேட் சொத்துக்கள் இருக்கும். முதலீட்டாளர்கள் இந்த REITs டிரஸ்ட்களில் முதலீடு செய்யலாம். ரியல் எஸ்டேட்களின் மியூசுவல் ஃபண்ட் என்று இதைப் புரிந்துகொள்ளலாம். முதலீட்டில் ஏற்றம் இருக்காது, ஆனால் சொத்துக்கள் மூலம் வரும் வருமானத்தில் 90% முதலீட்டாளர்களுக்கு டிவிடெண்டாக வழங்கப்படும். ஆபரண தங்கத்திற்கு மாற்றாகத் தங்கப் பத்திரங்கள் (SGB) இருப்பது போல, நேரடி ரியல் எஸ்டேட் முதலீட்டிற்கு மாற்றாக REITs செயல்படுகிறது.

Infrastructure Investment Trust (InvITs) – ரியல் எஸ்டேட்களைப் போலவே நகரங்களின் உள்கட்டமைப்புகளான சாலைகள், பாலங்கள், அணைகள் போன்றவற்றைப் பராமரிக்கும் டிரஸ்ட்களில் முதலீடு செய்வது InvITs.

- *CRYPTOCURRENCY*

பணம் என்பது ஒன்று அரசின் கட்டுப்பாட்டில் இருக்கும் அல்லது வங்கிகளின் கட்டுப்பாட்டில் இருக்கும். கிரிப்டோகரன்சி இணைய வசதி உள்ள எந்த நாட்டிலும் செல்லுபடியாகும் மெய்நிகர் பணம் (Virtual Money). அதற்கு எந்தக் கட்டுப்பாடுகளும் கிடையாது. உலகின் முதல் கிரிப்டோ கரன்சியான Bitcoin இதுவரை இந்திய மதிப்பில் சுமார் ரூ.32,26,000 வரை வர்த்தகமாகியிருக்கிறது. Blockchain என்ற தொழில்நுட்பத்தின் அடிப்படையில் உருவாக்கப்படும். இவை முழுக்கக் கணிணி மயம் என்பதால் ஒவ்வொரு பரிவர்த்தனையும் பதிவுசெய்யப்படும். போலி கரன்சிகளை உருவாக்க முடியாது. தேவை அதிகம் ஆக ஆக கரன்சியின் மதிப்பும் அதிகமாகும் என்று பாசிடிவ் விஷயங்கள் நிறைய சொல்லப்பட்டாலும், எதற்காக ஒரு கரன்சியின் மதிப்பு ஏறுகிறது, எதற்காக இறங்குகிறது, ஏதாவது பிரச்சனை என்றால் எங்குப் போய் முறையிடுவது என்பது யாருக்கும் தெரியாது. போலியான கம்பெனிகள்

போலியான கிரிப்டோகரன்சிகளை உருவாக்கிச் செயற்கையாக விலையை ஏற்றி கோடிக் கணக்கில் பணத்தை அடித்துக்கொண்டு போன கதைகளும் உண்டு.

இந்தியர்கள் தங்களது பணத்தைக் கோடிக்கணக்கில் இந்த கிரிப்டோகரன்சிகளில் முதலீடு செய்து வருகிறார்கள். பிட்காயினைத் தொடர்ந்து Ethereum, Tether, BNB, Dogecoin என்று இப்போது சுமார் 18,000 கிரிப்டோகரன்சிகள் இருக்கிறது. சில சிறிய நாடுகள் அதிகாரப்பூர்வமாகச் சில கிரிப்டோகரன்சியை ஏற்றுக்கொண்டு வருகின்றன. இந்தியா இந்த விஷயத்தில் இன்னும் ஒரு ஸ்திரமான முடிவை எடுக்கவில்லை. ஆனால் அதற்குள் கிரிப்டோகரன்சி வர்த்தகம் செய்து வரும் லாபத்தில் 30% வரியாகக் கட்ட வேண்டும் என்று மட்டும் சட்டம் போட்டு விட்டார்கள்.

- INVOICE DISCOUNTING

பணக்குட்டி என்ற கம்பெனி. தனது பல்வேறு தயாரிப்புகளை 'பேக்கிங்' செய்ய புலிக்குட்டி என்ற கம்பெனியிடமிருந்து அட்டைப்பெட்டிகள் வாங்குகிறது என்று வைத்துக் கொள்வோம். பெட்டிகளுக்கான பில்லை (Invoice) கட்ட 30 நாள்தான் அவகாசம். ஆனால் பணக்குட்டி தனது தயாரிப்புகளை விற்றுப் பணமாக்க 90 நாட்கள் ஆகும். என்ன செய்யலாம்? குறுகிய கால ஏற்பாடாக புலிக்குட்டிக் கொடுத்த பில்லை மூன்றாம் நபரிடம் பணக்குட்டி விற்கலாம். அந்த மூன்றாம் நபர் பணக்குட்டியின் மீதிருக்கும் நம்பிக்கையால் பில்லில் ஒரு பகுதியை (பொதுவாக 80%) புலிக்குட்டிக்குச் செட்டில் செய்வார். 90 நாட்களில் பணக்குட்டிக்குப் பணம் வந்ததும், செய்த உதவிக்குச் சேவைக் கட்டணமாக ஒரு சிறிய சதவிகிதத்தையும் சேர்த்து முழுதொகையை மூன்றாம் நபருக்குச் செட்டில் செய்துவிடும். அந்த மூன்றாம் நபர் தன் கமிஷனை எடுத்துக் கொண்டு மீதமிருக்கும் 20% தொகையை புலிக்குட்டிக்குக் கொடுத்து விடுவார். இதற்குப் பெயர் Invoice Discounting.

பெரும் நிறுவனங்கள் தங்களது தொழில் பணச் சுழற்சி காரணமாகத் தேங்காமலும், தங்கள் பணம் எங்கும் லாக் ஆகாமல் இருக்க, குறுகிய கால கடன் வசதியாக இந்த Invoice Discounting முறையைப் பயன்படுத்தி வருகின்றனர். இத்தகைய பில்-களை சேகரித்து, பணம் கட்டத் தயாராக இருக்கும் முதலீட்டாளர்களிடம் வழங்கும் கம்பெனிகள் இப்போது பெருகி வருகிறது. 25,000ரூ தொடங்கி லட்சங்களில் பணம் போடலாம். வெறும் 120 நாட்களில் 9% வரை லாபம் கிடைக்கிறது என்று சொல்கிறார்கள்.

69. நிதி ஆலோசகர்களின் தேவை

ஒன்று சுயமாகக் கற்றுக்கொண்டு முதலீடு செய்ய வேண்டும் அல்லது சரியான நபர்களது வழிகாட்டுதலுடன் முடிவெடுக்க வேண்டும். இந்தச் சரியான நபர்கள் யார்? நம் பணத்தை முதலீடு செய்ய யாரையெல்லாம் நாம் அணுகலாம் (அல்லது) நம்மிடம் பணம் இருப்பது தெரிந்து யாரெல்லாம் நம்மை அணுகுவார்கள்?

- இன்சூரன்ஸ் ஏஜெண்ட் (INSURANCE AGENT)

'மாதம் / வருடம் இவ்வளவு பணம் கட்டினால் இத்தனை வருடங்களில் உங்களுக்கு இவ்வளவு பணம் கிடைக்கும். இடையில் உங்களுக்கு ஏதாவது விபரீதம் நடந்தால் உங்கள் குடும்பத்திற்கு இத்தனை லட்சம் இழப்பீடாக வழங்கப்பட்டு விடும். இது தவிர நீங்கள் கட்டும் ப்ரீமியம் தொகைக்கு வரிவிலக்கும் உண்டு' - காப்பீடு + முதலீடு + வரி சேமிப்பு சேர்ந்த டிரிபிள் பெனிஃபிட் பேக்கேஜ். பெரும்பாலான இந்தியர்களது பணம் இந்த பேக்கேஜ்களில் தான் சிக்கியிருக்கிறது.

- உறவு மேலாளர் (BANK RELATIONSHIP MANAGER)

துரதிஷ்டவசமாக, இப்போது வங்கிகளும் இந்த வேலையைத்தான் செய்து கொண்டிருக்கிறது. Cross Selling என்று சொல்வார்கள். ஃபிக்சட் டெபாசிட்-ல் (FD) பணம் போட வருபவர்களைக் குழப்பி இது போன்ற மணி பேக் ஸ்கீமில் பணத்தைப் போட வைப்பார்கள். லோன் கேட்டு வருபவர்களை மறைமுகமாக நெருக்கி ஒன்றுக்கும் உதவாத இன்சூரன்ஸ் ஒன்றைப் போட வைப்பார்கள்.

- பங்கு தரகர்கள் (STOCK BROKERS)

சந்துக்குச் சந்து இப்போது கடையை விரித்து வைத்திருப்பவர்கள் இவர்களே. போதாத குறைக்கு YouTube, Twitter, Instagram, WhatsApp, Telegram என்று எங்குப் பார்த்தாலும் இவர்களது ஆதிக்கம்தான். மாதம் 8% (அதாவது ஒற்றே வருடத்தில் பணம் டபுள்!) அல்லது 'அதிகம் இல்லை தினம் 2%' என்பார்கள். இது இரண்டுமே பங்குச்சந்தை மட்டுமல்ல எந்த முதலிட்டிலுமே சாத்தியப்படாத வருமானம்.

மேல் சொன்ன மூன்று பிரிவினரையும் நம்புவதும் நம்பாததும் அவரவர் விருப்பம். ஆனால் நம்மால் இவர்களுக்குக் கமிஷனாகக் கிடைக்கும் ஆதாயம், நமக்குக் கிடைக்கும் லாபத்தைவிடப் பல மடங்கு அதிகம் என்பது மட்டும் உண்மை.

- *பரஸ்பர நிதி அலோசகர் (MUTUAL FUND ADVISOR)*

ஃபண்டுகளைப் பரிந்துரைத்தால் இவர்களுக்கும் கமிஷன் கிடைக்கும். ஆனால் மேல்சொன்ன அளவிற்கு இருக்காது. அதுவே நீண்ட கால அடிப்படையில் பார்க்கும் போது அதிகமாக இருக்கும். ஃபண்டு லாபத்தில் இருந்தாலும் நஷ்டமானாலும் இவர்களது கமிஷன் நிற்காது.

- *FEE ONLY FINANCIAL ADVISORS*

பெயரில் இருப்பது போல, நமது நிதி நிலைமையை ஆராய்ந்து ஒரு குறிபிட்ட தொகையைக் கட்டணமாகப் பெற்றுக் கொண்டு ஆலோசனை வழங்குபவர்கள் இவர்கள். முடிவெடுத்து முதலீடு செய்வது முற்றிலும் நம் கையில். லாபமோ நஷ்டமோ அதற்கு நாமே பொறுப்பு.

மருத்துவர், லாயர், ஆடிட்டர் போல பெர்சனலாக நிதி ஆலோசகர் ஒருவரையும் (கடைசி இரண்டு வகையினரை மட்டும்) வைத்துக் கொள்வது நல்லது. ஆனால் அதிகப் பணம் சம்பாதிக்க வேண்டும் என்ற ஆசையிருப்பவர்களுக்கு அந்தப் பணத்தைச் சம்பாதிக்க உதவுபவர்களுக்கு 'சேவைக்கட்டணம்' கொடுக்க மனம் இருக்காது. எதையும் எவரும் ஓசியில் செய்து கொடுக்க வேண்டும் என்று எதிர்பார்ப்பவர்களால்தான், 'முதல் ப்ரீமியத்தை நான் கட்டுகிறேன்' என்று ஏஜண்ட்களும், 'லோன் பிராசஸ் சுலபமாகும்' என்று வங்கி மேலாளர்களும், 'இன்னொருத்தர சேர்த்து விடுங்க உங்களுக்கு மாசம் 10%' என்று ஷேர் மார்க்கெட் ஜாம்பவான்களும் கொக்கிப் போடுகிறார்கள். அதிகப் பணம் கமிஷனாக வருவதால், நமக்குத் தேவையானதைத் தவிர்த்துவிட்டு அவர்களுக்குச் சாதகமான திட்டங்களை நம் தலையில் கட்டுவார்கள். நமக்கு என்ன தேவையோ அது கிடைக்காது.

பணத்தைப் பெருக்கவும் பணம் தேவை. மறைமுக கமிஷனாக இல்லாமல் நேரடி சேவைக் கட்டணமாக அது இருந்துவிட்டால் நல்லது.

70. பங்குச்சந்தை, ஓர் எளிய அறிமுகம்

பணக்குட்டி என்று ஒரு கம்பெனி. ஒரு கோடி ரூபாய் முதல் போட்டு அதை நான் நடத்தி வருகிறேன். கம்பெனி நல்ல லாபத்தில் செல்வதைக் கவனிக்கும் நண்பர் ஒருவர் 'நானும் பணக்குட்டியில் பார்ட்னராக இணைகிறேன்' என்று கேட்கிறார். வெற்றிகரமாக நடந்து கொண்டிருக்கும் கம்பெனி என்பதால் அதன் மதிப்பு இப்போது 10 கோடி ஆகியிருக்கிறது. நண்பர் 1 கோடி முதல் போட்டு பார்ட்னராக சேர்கிறார். பத்தில் ஒரு பங்கு (Shares/ Stocks) நண்பருக்கு. மீதி 9 கோடி மதிப்பிலான 9 பங்குகள் என்னிடமே இருக்கும்.

பணக்குட்டி வளர்கிறது. அடுத்தக் கட்டமாக பார்டனர்களைச் சேர்க்காமல் பங்குதாரர்களை (Share Holders) சேர்க்க விரும்புகிறேன். அதற்கு முதலில் பணக்குட்டியை பப்ளிக் லிமிடட் கம்பெனியாகப் பதிவுசெய்ய வேண்டும். அடுத்து SEBI (Securities and Exchange Board of India) என்றழைக்கப்படும் இந்திய பங்கு மற்றும் பரிவர்த்தனை வாரியத்திடம் அனுமதி வாங்க வேண்டும். செபி என்பது இந்திய பங்குச் சந்தைகள், நிதிச் சந்தைகளை ஒழுங்குப்படுத்தும் கட்டுப்பாட்டு அமைப்பு.

கம்பெனியின் மொத்த சொத்து மதிப்பான 10 கோடி ரூபாய் என்பது Market Capital. அதை 1 கோடி பங்குகளாகப் பிரித்து, ஒரு பங்கின் விலை 10 ரூபாய் (Face Value) என்று நிர்ணயம் செய்யப்படுகிறது. இதற்கு Initial Public Offering (IPO) என்று அழைக்கப்படுகிறது. SEBI அனுமதியளித்த பிறகு, இந்தியாவின் முக்கியமான பங்குச்சந்தைகளான (Share Market) தேசிய பங்குச்சந்தை NSE (National Stock Exchange) மற்றும் மும்பை பங்குச்சந்தை BSE (Bombay Stock Exchange) இரண்டிலும் வெளியாகும் பணக்குட்டியின் பங்குகளை யார் வேண்டுமானாலும் வாங்கலாம் (Buy), விற்கலாம் (Sell).

முன்பு டாக்குமெண்ட்களாக வழங்கப்பட்டு வந்த பங்குப் பத்திரங்கள் (இந்தக் கம்பெனியில் இவருக்கு இத்தனை சதவிகித உரிமை என்பதை உறுதிப்படுத்தும் பத்திரம்) இப்போது டிஜிட்டல் வடிவில் வழங்கப்படுகிறது. இந்த டிஜிட்டல் பங்குகளைச் சேமித்து வைக்க ஒரு டீமேட் கணக்கு (Demat Account) வேண்டும். பங்குகளை வாங்கவும் விற்கவும் பங்குச்சந்தையில் உறுப்பினராக இருக்கும் தரகர் (Broker) கம்பெனியிடம் ஒரு வர்த்தக கணக்கும் (Trading Account) வைத்திருக்க வேண்டும். காரணம், நம்மால் பங்குகளை நேரடியாக வாங்கி விற்க முடியாது. நம் சார்பாக தரகர் கம்பெனி (Stock Broker) தான் வாங்கி

விற்பார்கள். Zerodha, Angel Broking, Groww, Sharekhan, Upstox, 5 Paisa உள்ளிட்ட தனியார் நிறுவனங்களும் HDFC Securities, ICICI Direct, Kotak Securities போன்ற சில வங்கிகளும் இந்தச் சேவையை வழங்கி வருகிறார்கள். நம் வங்கிக் கணக்கில் இருந்து டிரேடிங் கணக்கிற்கு பணம் அனுப்பிவிட்டால், ஒவ்வொரு பரிவர்த்தனைக்கும் சேவைக்கட்டணமாக (Brokerage) ஒரு சிறிய தொகையை எடுத்துக்கொண்டு வாங்கி விற்கும் வேலையைச் செய்வார்கள்.

ஒரு கம்பெனியின் பங்குகளை ஒருவர் புதிதாய் வாங்க அந்தப் பங்கை ஏற்கனவே வைத்திருக்கும் (Holdings) இன்னொருவர் ஒருவர் விற்க வேண்டும். முகமதிப்பு ரூ.10-ஆக இருக்கும் பங்குச்சந்தைக்கு வந்ததும் ரூ.15 ஆகியிருக்கலாம். இதற்கு Market Value என்று பெயர். பணக்குட்டியின் ஒரு பங்கை ரூ.15-க்கு வாங்கும் ஒருவர் ரூ.20 ஆனதும் உங்களுக்கு விற்றால் அவருக்கு லாபம். ரூ.20 கொடுத்து வாங்கும் நீங்கள் ரூ.25 வரும் போது விற்கலாம் என்று காத்திருக்கிறீர்கள். ஆனால் விலையோ ரிவர்ஸில் போகிறது. 20, 17 ஆகி 17 ஆகி, 12 ஆகி, 8 ரூபாயாகி விடுகிறது. அதாவது பங்கை வாங்க ஆள் இல்லை. பணக்குட்டி மீது நம்பிக்கை இருந்தால், பங்கை அப்படியே வைத்திருக்கலாம். அல்லது நஷ்டத்திற்கு விற்று வெளியேறலாம்.

ஆரம்பத்தில் ஒரு கோடி கொடுத்து பார்ட்னர் ஆன நண்பருக்கு இருக்கும் அனைத்து உரிமைகளும், ரூ.10 கொடுத்து ஒரே ஒரு ஷேர் வாங்கிய எந்தவொரு பங்குதாரருக்கும் உண்டு. கம்பெனி தொடர்பான விஷயங்களை முடிவுசெய்ய Board of Directors இருப்பார்கள். அவர்கள் எடுக்கும் முடிவை ஷேர் ஹோல்டர்கள் தங்களது வாக்குகள் (Vote) மூலம் ஏற்கலாம் அல்லது நிராகரிக்கலாம். கம்பெனிக்கு லாபம் கிடைத்து. செலவு செய்ததுபோக மீதிப் பணம் இருந்தால் பங்குதாரர்களுக்கு Dividend-களாக பிரித்துக் கொடுப்பார்கள்.

பணக்குட்டி ஒரு உதாரணம். NSE, BSE இரண்டு சந்தைகளையும் சேர்த்து 6800-க்கும் அதிகமான கம்பெனிகள் லிஸ்ட் ஆகியிருக்கிறது. மாதாமாதம் புதுப்புது கம்பெனிகள் IPO வெளியிட்டுக் கொண்டிருக்கிறது. பங்குச்சந்தை சூதாட்டம் அல்ல. தினம் பிரம்மாண்டமாய் வளர்ந்து வரும் மிகப்பெரிய முதலீட்டு வாய்ப்பு. இதைச் சரியாகப் பயன்படுத்திக் கொள்பவர்கள் செல்வந்தராகிறார்கள். சுலபமாகக் பணம் பண்ணக் கிடைத்த வாய்ப்பு என்று அவசர அவசரமாகப் பணத்தை இறக்குபவர்கள் நஷ்டமடைகிறார்கள்.

71. சென்செக்ஸ், நிஃப்டி குறியீடுகள்

பங்குச்சந்தை இந்தியாவில் அறிமுகமான சமயம் சிறிதும் பெரிதுமாக நிறைய பங்குச்சந்தைகள் இருந்தாலும், 1875-ம் ஆண்டு தொடங்கப்பட்ட மும்பை பங்குச்சந்தை (BSE) இன்றுவரை வெற்றிகரமாகத் தொடர்ந்து செயல்பட்டு வரும் ஆசியாவின் பழமையான பங்குச்சந்தையாகும். 1992-ம் ஆண்டு தொடங்கப்பட்ட தேசிய பங்குச்சந்தை (NSE) இந்தியாவின் மிகப்பெரிய பங்குச்சந்தை.

அரசியல் மாற்றங்கள், இந்திய மற்றும் சர்வதேச பொருளாதார நிலை உள்ளிட்ட பல காரணங்களால் பங்குச்சந்தை பல ஏற்ற இறக்கத்தைச் சந்தித்து வந்தாலும், இந்திய சந்தையைப் பொறுத்தவரை இறங்கிய பங்குகள் நிச்சயம் மேலேறி லாபத்தைக் கொடுத்து வருகிறது.

இந்த ஏற்ற இறக்கத்தை கணிக்க / அளவிடும் அளவுகோல் (Benchmark Indices என்றழைக்கப்படும் குறியீட்டு எண்கள். Sensex (Stock Exchange Sensitive Index) என்ற பெயரில் 100 புள்ளிகளுடன் தொடங்கப்பட்ட குறியீட்டு எண், 2023 நவம்பரில் அதன் உச்சமான 66,355 புள்ளிகளைக் கடந்தது. தேசிய பங்குச்சந்தையின் குறியீடான Nifty (National and Fifty) 2023 நவம்பரில் 20,000 புள்ளிகளைக் கடந்தது.

இந்தப் புள்ளிகளை எதன் அடிப்படையில் 100-ல் என்ற எண்ணில் இருந்து தொடங்கியிருப்பார்கள்? பணக்குட்டியையே எடுத்துக் கொள்வோம். பணக்குட்டியின் இன்றைய சந்தை விலை (Current Market Price) ரூ.100 என்று வைத்துக்கொள்வோம். சந்தையில் மொத்தம் 1 கோடி பங்குகள் புழக்கத்தில் (Outstanding Shares) உள்ளது. பணக்குட்டியின் மொத்த சந்தை மதிப்பு 100X1,00,00,000 = 100 கோடி ரூபாய் (Market Cap—italization).

பங்குச்சந்தையில் ரூ. 20,000 கோடிக்கு குறைவில்லாத சந்தை மதிப்பிருக்கும் முதல் 100 கம்பெனிகள் LARGE CAP COMPANIES என்று அழைக்கப்படுகிறது. 5000 கோடி முதல் 20,000 கோடி வரை இருக்கும் அடுத்த 150 கம்பெனிகள் (101-250) MID CAP COMPANIES என்று அழைக்கப்படுகின்றன. இவற்றின் சந்தை மதிப்பு. 5000 கோடிக்குக் குறைவாக இருக்கும் கம்பெனிகள் SMALL CAP COMPANIES.

BSE-ல் சந்தை மதிப்பு அதிகமாக உள்ள முதல் 30 கம்பெனிகளின் (Top 30 Large Cap Companies) கூட்டு மதிப்பை 100 என்ற குறியீட்டு எண்ணை வைத்து கணக்கிடத் தொடங்கியிருக்கிறார்கள். கம்பெனிகளது வளர்ச்சிக்கேற்ப அதன் நிகர மதிப்பை 100-ல் இருந்து ஏற்றியும்

இறக்கியும் கணக்கிட்டு வருகிறார்கள். 100 இப்போது 66,000 க்கு மேல் சென்றிருக்கிறது என்றால், மும்பை பங்குச்சந்தையின் டாப் 30 கம்பெனிகளின் சந்தை மதிப்பு எத்தனை உயரம் வளர்ந்திருக்கிறது என்பதைத் தெரிந்துகொள்ளலாம்!

இதில் கவனிக்க வேண்டியது, கம்பெனிகளின் சந்தை மதிப்பு என்றைக்கும் ஒரே மாதிரி இருக்கப் போவதில்லை. 30 கம்பெனிகளும் ஒரே மாதிரியான லாப நஷ்டத்தை அடையப் போவதுமில்லை. சில கம்பெனிகள் லாபகரமாக இயங்கி டாப் 30-க்குள் இருந்து கொண்டே இருக்கும். சில கம்பெனிகள் நஷ்டமடையும், திவாலாகும், 30-ல் இருந்து வெளியேறும். சென்செக்ஸ் குறியீட்டில் இருக்கும் 30 கம்பெனிகளும் மாறிக் கொண்டேதான் இருக்கும். ஆனால் கணக்கிடப்படும் முறை மாறாது. இதே தான் தேசிய பங்குச்சந்தையான NSE-யிலும். ஒரே வித்தியாசம் நிப்டியில் டாப் 50 கம்பெனிகளை எடுத்துக் கொள்கிறார்கள் (NIFTY50). அமெரிக்கப் பங்குச்சந்தையான S & P 500 ல் முதல் 500 கம்பெனிகளைக் கணக்கில் எடுத்துக்கொள்கிறார்கள். NASDAQ என்ற பங்குச்சந்தையில் 100 கம்பெனிகள்.

இந்த 'Index' கணக்கீட்டு முறையை இப்போது சந்தை மதிப்பு (Broad Market Indices) வாரியாக - Nifty 50 Index, Nifty Next 50 Index, Nifty 100 Index, Nifty 200 Index, Nifty Midcap 50 Index, Nifty Smallcap 250 Index என்றும், துறை (Sectoral Index) வாரியாக - Bank Index, Auto Index, IT Index, Metal Index, Healthcare Index என்றும் கணக்கிடத் தொடங்கியுள்ளார்கள். கணக்கீடு முறை ஒன்று தான். டாப் கம்பெனிகளின் மொத்த சந்தை மதிப்பின் கூட்டு மதிப்பில் தொடங்கும் எண், கம்பெனிகளின் வளர்ச்சிக்கு ஏற்ப ஏறும் இறங்கும்.

இந்தியாவில் ஆட்டோமொபைல் துறை இப்போது எவ்வாறு இருக்கிறது என்பதைத் தெரிந்துகொள்ள வேண்டுமா? Nifty Auto Index குறியீட்டைப் பார்த்தால் தெரிந்து விடும். நேற்றைய, சென்ற வார, சென்ற மாத, சென்ற வருட குறியீட்டிலிருந்து. இன்று ஏறி இருக்கிறதா, ஏறியிருந்தால் தொடர் ஏற்றமா அல்லது ஏற்றமும் இறக்கமும் மாறி மாறி வருகிறதா, ஆட்சி மாற்றம், போர், பெட்ரோல் விலை மாற்றம், கொரோனா போன்ற நோய்தொற்றுக் காலம் என்று எந்தச் சூழ்நிலை வந்தாலும் பங்குச்சந்தை மட்டுமல்ல, ஒரு குறிப்பிட்ட துறை எப்படிச் செயல்படுகிறது என்பதையும் இந்தக் குறியீட்டு எண்களை வைத்துத் தெரிந்து கொள்ளலாம்.

72. காளைகளும், கரடிகளும்

மற்ற சந்தைகளைப் போலத்தான் பங்குச்சந்தையும் – ஒருவர் விற்பதை இன்னொருவர் வாங்குவார். விற்பவர் அதிக விலைக்கு விற்றால் மகிழ்ச்சியடைவார், வாங்குபவர் குறைந்த விலைக்கு வாங்கினால் மகிழ்ச்சியடைவார். எல்லாச் சமயங்களிலும் வாங்குபவர் விற்பவர் இருவருக்கும் லாபம் இருக்காது. ஒரு பொருளுக்கு இருக்கும் தேவையைப் *(Demand)* பொறுத்தே சந்தையில் அதற்கு விலை இருக்கும்.

உதாரணத்திற்கு, பணக்குட்டி நல்ல நிர்வாகம் உள்ள, தொடர்ந்து லாபத்தில் இயங்கும் ஒரு கம்பெனி என்று வைத்துக்கொள்வோம். சில புற காரணங்களால் (கொரோனா, போர், புதிய வரி / சட்டம்) பங்கு விலை கீழே போகிறது. பணக்குட்டியைப் பற்றி நன்கு தெரிந்து வாங்கியவர் விலை கீழே போனால் பதறமாட்டார். அதுவே பணக்குட்டி பற்றித் தெரியாமல் பங்குகளை வாங்கி வைத்திருப்பவர் பதறுவார். விலை குறையத் தொடங்கியதும் வந்த விலைக்கு விற்றுவிட்டு வெளியேற நினைப்பார். ஒரே பங்கு, இரு வேறு மனநிலை. இதையே மொத்த பங்குச்சந்தையுடனும் ஒப்பிட்டுப் பார்க்கலாம்.

பங்குச்சந்தை மொத்தமும் பாசிடிவ் ஆக, அதிக அளவில் பங்குகள் வர்த்தகம் ஆகி வாங்குபவர், விற்பவர் இருவரும் மகிழ்ச்சியடைந்து, பங்குகளின் விலை ஏறிக்கொண்டே போனால் அதற்கு 'காளை சந்தை *(Bull Market)*' என்று பெயர். காளைகள் எதையும் முட்டி மேலே ஏற்றிவிடும்.

அதுவே சந்தை மொத்தமும் நெகடிவ் ஆக, பங்குகளை மொத்த மொத்தமாக விற்று வெளியேறுவது தொடர்ந்தால் அதை 'கரடி சந்தை *(Bear Market)*'. கரடிகளுக்கு எதிரியைத் தாக்கி கீழே சாய்க்கும் குணம்.

காளைகளும் கரடிகளும் சேர்ந்ததுதான் பங்குச்சந்தை. வாங்கியதை விற்றுத்தானே ஆக வேண்டும். காளைகளது *(Bulls)* ஆதிக்கத்தில் பங்குகளின் விலை தொடர்ந்து ஏறிக்கொண்டிருக்க, திடீரென்று சந்தைக்குள் நுழையும் கரடிகள் *(Bears)* பங்குகளை மொத்தமாகக் கொழுத்த லாபத்திற்கு விற்று வெளியேறிவிடுவார்கள். அப்படி நடக்கும் போதெல்லாம் பங்குகளின் விலை அபாயகரமாக விழும். பணக்குட்டி போன்ற நல்ல டிமாண்ட் உள்ள கம்பெனிகளது விலையும் குறையும். இந்தச் சந்தர்ப்பங்களைப் பயன்படுத்தி குறைந்த விலைக்கு நல்ல பங்குகளை வாங்கி சந்தையை மீண்டும் மேலேற்றுவார்கள் காளைகள். மீண்டும் சந்தை கொஞ்சம் கொஞ்சமாக மேலேறும். சந்தை கீழே போவதும், மீண்டும் மேலேறுவதும் சகஜம்.

73. வர்த்தகர்களும், முதலீட்டாளர்களும்

இந்திய பங்குச்சந்தையில் பொதுமக்கள் (Retail Investors) தவிர வேறு சிலரும் முதலீடு செய்கிறார்கள்.

Domestic Institutional Investors (DII) – உள்ளூர் முதலீட்டாளர்கள். வங்கிகள், அஞ்சல் துறை, இன்சூரன்ஸ் கம்பெனிகள், பரபஸ்பர நிதி நிறுவனங்கள் (Mutual Funds), ஓய்வூதிய நிதி நிறுவனங்கள் (Pension Funds). Institutional Holding - மத்திய, மாநில அரசுகள் செய்யும் முதலீடுகள்.

Central Public Sector Enterprises (CPSEs) என்றழைக்கப்படும் பொதுத்துறை நிறுவனங்களான (உதாரணம்: IRCTC, BPCL, Coil India, Steel Authority of India...) பங்குச்சந்தையில் பட்டியலிடப்பட்டிருப்பது குறிப்பிடத்தக்கது. இவற்றை மத்திய நிதி அமைச்சகத்தின் கீழ் வரும் Department of Investment and Public Asset Management (DIPAM) எனும் துறை நிர்வகித்து வருகிறது.

அடுத்ததாக வெளிநாட்டு முதலீட்டாளர்கள்.

Foreign Institutional Investors (FII), Foreign Direct Investors (FDI), Foreign Portfolio Investors (FPI) – இந்த மூன்று வகையினருள் FII, பல நாடுகளில் முதலீடு செய்திருக்கும் மிகப்பெரிய பன்நாட்டு நிறுவனங்களாக இருக்கும். இந்தியாவில் இவர்களுக்கு சாதகமான அரசு உருவாகிறதா, திட்டங்கள் (சட்டங்கள்) நிறைவேற்றப் படுகிறதா என்று பார்த்து இந்தியப் பங்குகளை வாங்கிக் குவிப்பார்கள். ஏதாவது பிரச்சனையா, மொத்தமாக விற்றுவிட்டு வெளியேறுவார்கள். வேறொரு நாட்டின் பங்குச்சந்தையில் நல்ல விலைக்குப் பங்குகள் கிடைக்கிறதா, நம் நாட்டைவிட வரி குறைவு, வட்டி அதிகமா - நம் பங்குகளை விற்றுவிட்டு அந்த நாட்டுப் பங்குகளை வாங்குவார்கள். ஆக, பல சமயம் இந்திய பங்குச்சந்தை காளையா, கரடியா என்பதையே இந்த வெளிநாட்டு முதலீட்டாளர்கள் தீர்மானிப்பதும் நடந்து கொண்டுதான் இருக்கிறது. காரணம், மிஸ்டர் பொதுஜனமான ரீடெயில் இன்வெஸ்டார்களது மொத்த முதலீடு பங்குச்சந்தையில் வெறும் 6% தான்.

இந்த ரீடெயில் இன்வெஸ்டார்களை இருவகையாகப் பிரிக்கலாம் – வர்த்தகர் (Trader), முதலீட்டாளர் (Investor).

பங்குகளைக் குறுகிய காலத்தில் வாங்கி விற்பவர்கள் டிரேடர்கள். இவ்வகையில் Intraday Trading என்பது இன்று வாங்கிய பங்குகளை இன்றே விற்பது. எந்தக் கம்பெனி எப்படிப்பட்ட கம்பெனி என்பதைவிட, இப்போது என்ன விலையில் விற்றுக் கொண்டிருக்கிறது, அடுத்த

சில நிமிடங்கள் / சில மணிநேரங்களில் என்ன விலைக்குப் போகும் என்பதைக் கணித்து, பங்குகளை வாங்கி விற்பார்கள். Chart Pattern, Candle Sticks, Support & Resistance, Moving Averages, Indicators என்று முழுக்க டெக்னிக்கல் சமாச்சாரங்களை வைத்து விளையாடப்படுவதால், இதற்கு Technical Analysis என்றே பெயர். ரிஸ்க் மிக மிக அதிகம். இதில் அடுத்தக் கட்டமாக Futures and Options என்று ஒரு ஸ்பெஷல் ஐட்டம் உள்ளது. வந்தால் மலை, போனால் மொத்தத்தையும் உருவியபின் தான் விடும். ஆனாலும் - இதுதான் சரி, இது தவறு என்று பங்குச்சந்தையில் எதுவும் இல்லை. வித்தை தெரிந்தால் எந்தப் போட்டியிலும் கலக்கலாம்.

தெரியாதவர்கள், என்னைப் போன்ற கத்துக்குட்டிகளுக்கு இருக்கவே இருக்கிறது Fundamental Analysis. நீண்ட கால முதலீட்டு அடிப்படையில், நல்ல கம்பெனியா, இன்னும் 10, 20, 50 வருடம் என்றாலும் சந்தையில் நிலைத்திருப்பார்களா, தொடர் லாபம் தருவார்களா என்று கம்பெனிகளின் அடிப்படைகளை (Fundamentals) மட்டுமே நம்பி பங்குகளை வாங்குபவர்கள் இன்வெஸ்டார்கள். இதிலும் இரண்டு வகை உண்டு. நல்ல தரமான கம்பெனி. ஆனால் அதன் சந்தை மதிப்பு குறைவாக உள்ளது (Undervalued). இப்படியான கம்பெனிகளாக வாங்குபவர்கள் வேல்யூ இன்வெஸ்டார்கள் (Value Investors). சராசரியாக சந்தை கொடுக்கும் வருமானத்தைவிடக் கொஞ்சம் அதிகம் கொடுக்கும் கம்பெனிகளாக (better than average returns) பார்த்து வாங்குபவர்கள் குரோத் இன்வெஸ்டார்கள் (Growth Investors).

பங்குச்சந்தை பிரபலமும் உலகப் பணக்காரர்களில் ஒருவருமான வாரன் பஃபெட் (Warren Buffett) உலகம் அறிந்த வேல்யூ இன்வெஸ்டார்.

தனது உண்மையான மதிப்பைவிட (Intrinsic Value) மிகக் குறைந்த விலையில் வர்த்தகமாகிக் கொண்டிருக்கும் பங்குகளாகப் பார்த்துப் பார்த்து வாங்குவார் (வாங்குகிறார்) மிகப்பெரிய அளவில் ஜெயித்தார். அவரது நண்பரும் மற்றொரு பணக்காரருமான பில் கேட்ஸ் ஒரு முறை "உங்க முதலீட்டு முறை ரொம்ப சிம்பிள். ஏன் யாரும் உங்களை காப்பியடிப்பதில்லை?" என்று கேட்டதற்கு அவர் சொன்ன பிரபலமான அந்த பதில், "Because Nobody wants to get Rich slow..."

74. காஃபி கேன் முதலீடு

முதலீட்டிற்குச் சரியான பங்குகளைத் தேர்ந்தெடுத்து விட்டாலே பாதி கிணற்றைத் தாண்டி விடலாம். நீண்ட கால முதலீட்டிற்கு, தரமான பங்குகளைத் தேர்ந்தெடுக்க சுலபமான ஒரு வழி முறை (Investment Strategy) ஒன்று உள்ளது - Coffee Can Investing.

1984 ஆம் ஆண்டு Robert G. Kirby என்பவரால் அறிமுகப்படுத்தப்பட்ட இந்த முறையை எந்த நாட்டு பங்குச்சந்தையிலும் பொறுத்திப் பயன்படுத்தலாம். வங்கிகள் புழக்கத்திற்கு வருவதற்கு முன்பு அமெரிக்க வீடுகளில் பணம், தங்கம் போன்ற மதிப்புமிக்கப் பொருட்களை காஃபி டப்பாக்களில் போட்டு ஒளித்து வைப்பார்களாம். பல சமயம் அப்படி ஒளித்து வைத்ததையே மறந்திருக்க, ஒரு நாள் எதையோ தேடப்போய் இவை கண்ணில் படும். பலன் தரும். அட, நம் வீடுகளில் அம்மாக்கள் ஜீனி டப்பாவிலும், சேலை அடுக்குகளுக்கு இடையிலும் அவ்வபோது கையில் கிடைக்கும் சிறுவாட்டுப் பணத்தை ஒளித்து வைத்து சேர்ப்பார்களே - அதே தான். அதையே பங்குகளுக்கு செய்ய வேண்டும்.

Buy and Forget. இதுதான் தாரக மந்திரம். குறைந்த அளவு ரிஸ்க் எடுத்து, மிகப்பெரிய அளவில் செல்வம் சேர்க்க, தரமான பங்குகளைச் சரியான விலையில் வாங்கிக் குறைந்தபட்சம் 10 ஆண்டுகளுக்கு மறந்துவிட வேண்டும். அப்படி நாம் வாங்கும் பங்குகள் கொஞ்சம் கொஞ்சமாக விலையேறி மிகப்பெரிய அளவில் செல்வத்தை உருவாக்கிக் கொடுக்கும். கொடுத்திருக்கிறது.

இந்த முறையை Coffee Can Investing என்ற பெயரிலேயே இந்திய பங்குச் சந்தைக்கு ஏற்ப வடிவமைத்து Sourabh Mukherjea என்பவர் Rakshit Ranjan, Pranab Uniyal ஆகிய இருவருடன் இணைந்து புத்தகமாக எழுதியுள்ளார். Coffee Can Portfolio என்று சொல்லப்படும் இந்தப் பங்குக்குழுவில் எல்லாக் கம்பெனிகளும் இடம்பெற்று விட முடியாது. சில நிபந்தனைகள் உண்டு. அவை,

- கம்பெனி குறைந்தபட்சம் 10 ஆண்டுகளாவது சந்தையில் இருக்க வேண்டும்
- கம்பெனியின் மொத்த சந்தை மதிப்பு (Market Capitalisation) குறைந்தபட்சம் 100 கோடி ரூபாயாகவாவது இருக்க வேண்டும். எவ்வளவு அதிகமோ அவ்வளவு நல்லது. சந்தை மதிப்புபடி இந்தியாவின் நம்பர் 1 கம்பெனியான ரிலையன்ஸின் மதிப்பு இந்திய ரூபாயில் 17,60,000 கோடிகள் (2023 ஆம் ஆண்டு இறுதியில்)

- கம்பெனியின் வருவாய் வளர்ச்சி (Revenue Growth) குறைந்தபட்சம் 10 ஆண்டுகள், ஆண்டிற்கு 10% அதிகமாகியிருக்க வேண்டும்.

- ROCE – Return on Capital Employed குறைந்தபட்சம் 10 ஆண்டுகளுக்குத் தொடந்து 15% அதிகரித்துக் கொண்டே இருக்க வேண்டும். ROCE, மூலதனத்தின் மீதான வருவாய் என்பது ஒரு நிறுவனம், அதன் மூலதனத்தை (Capital) எவ்வளவு திறமையாகக் கையாண்டு சொத்துக்கள் ஆக்கி, நிகர லாபத்தைக் கூட்டுகிறது என்பதைக் குறிக்கும் அளவீடு. ROCE அதிகமாக இருக்கும் கம்பெனிகள் நீண்ட கால அடிப்படையில் நிலைத்து நிற்கும். ROE – Return on Equity, என்பது பங்குதாரர்கள் முதலீடு செய்திருக்கும் பணத்திற்கு, பொதுவாக எவ்வளவு லாபம் கிடைத்திருக்கிறது (வரி, வட்டி-க்கு பிறகு) என்பதைக் குறிக்கும் அளவீடு. ROE விட ROCE அதிகமாக இருக்க வேண்டும்.

- கம்பெனிக்கு என்று ஒரு பிராண்ட் வேல்யூ (Brand Value) இருக்க வேண்டும். மக்கள் மத்தியில் தெரிந்த, பிரபலமான கம்பெனியாக இருக்க வேண்டும்.

- போட்டிக்குப் புதிது புதிதாக எத்தனை கம்பெனிகள் வந்தாலும் நிலைத்து நிற்கக் கூடியதாக இருக்க வேண்டும் (Competitive Advantage).

இந்தக் கண்டிசன்களை எல்லாம் பூர்த்திச் செய்யும் கம்பெனிகள் மட்டுமே, Coffee Can Portfolio-வில் இடம்பெறத் தகுதியானவை. ஒவ்வொரு கம்பெனியாக நாம் சரிபார்த்து தேர்ந்தெடுக்கத் தேவையில்லை. இதற்கென்றே Screener–கள் உண்டு. ஆன்லைன் ஷாப்பிங் தளங்களில் நமக்கு வேண்டுமென்கிற குறிப்பிட்ட பொருட்களை மட்டும் தேட பில்டர்களை (Filters) பயன்படுத்துவோமே - அதேபோல பங்குச்சந்தையில் லிஸ்ட் ஆகியிருக்கும் கம்பெனிகளில் இருந்து நமக்கு வேண்டியதைச் சில கண்டிசன்களைக் கொடுத்து இந்த ஸ்கிரீனர்களில் தேடி எடுக்கலாம். www.screener.in, www.tickertape.com, in.investing.com, Moneycontrol, Trad—ingview என்று எக்கச்சக்க ஸ்கிரீனர்கள் உண்டு

-

75. பங்குச்சந்தையில் அதிகம் பயன்படுத்தப்படும் வார்த்தைகள்

ஷேர் மார்க்கெட்டில் அடிக்கடி பயன்படுத்தப்படும், நாம் அவசியம் தெரிந்துகொள்ள வேண்டிய சில முக்கிய கலைச்சொற்கள் (Terminology) இவை.

- CMP Current Market Price

பங்குத் தற்போது விற்பனையாகிக் கொண்டிருக்கும் விலை

- 52 Week High/ Low

ஒரு பங்குக் கடந்த 52 வாரங்களில் (இன்றிலிருந்து) அடைந்திருக்கும் அதிகபட்ச விலை - High, குறைந்தபட்ச விலை - Low

- ATH (All Time High)

ஒரு பங்கு ஷேர் மார்க்கெடில் லிஸ்ட் ஆனதில் இருந்து அடைந்திருக்கும் உச்சபட்ச விலை.

- Open, High, Low, Prev. Close

அன்றைய தினத்திற்கான விலைகள். விற்பனை தொடங்கிய விலை (Open), முடிவடைந்த விலை (Close), அதிகபட்ச விலை (High), குறைந்தபட்ச விலை (Low), முந்தைய தின முடிவில் விலை (Prev. Close)

- Bid Price, Offer/ Ask Price

ஒரு பங்கை வாங்க விரும்பி நாம் கேட்கும் விலை Bid Price, ஒரு பங்கை விற்க நினைத்து நாம் கேட்கும் (குறிப்பிடும்) விலை Offer Price

- Volume

அன்றைய தினம் குறிப்பிட்ட பங்கில் நடந்திருக்கும் மொத்த பரிவர்த்தனைகள்

- Avg. Traded Price

அன்றைய தினம் குறிப்பிட்ட பங்கு விற்பனையாகி இருக்கும் சராசரி விலை

- Buy/ Sell Order

ஒரு பங்கை வாங்கவோ, விற்கவோ தரகருக்கு (Stock Broker) நாம்

கொடுக்கும் உத்தரவுகள் இவை. உத்தரவைக் கொடுத்தால்தான் பங்குப் பரிவர்த்தனை நடக்கும். Buy Order கொடுத்தால் தரகர் (Stock Broker) நமது Trading Account-ல் இருக்கும் பணத்தை எடுத்து பங்கை வாங்கி நம் Demat Account-ல் சேர்ப்பார். Sell Order கொடுத்தால் Demat Account-ல் இருக்கும் பங்கை விற்று வரும் பணத்தை Trading Account-ல் சேர்ப்பார்.

- Market Order

சந்தை விலைக்கே பங்குகளை வாங்குவது, விற்பது.

- Limit Order

சந்தை விலை இல்லாமல் ஒரு குறிப்பிட்ட விலைக்குப் பங்குகளை வாங்க, விற்க விலை நிர்ணயம் செய்வது.

- Trigger

குறிப்பிட்ட விலையைப் பங்கு அடைந்ததும், பரிவர்த்தனைக்கான உத்தரவை பங்குத்தரகருக்கு வழங்குவது. Trigger விலையை அடைந்ததும் பரிவர்த்தனை தொடங்குமே தவிர, Buy/ Sell நடக்காது. Trigger விலைக்கே பங்குகளை வாங்க/ விற்க உத்தரவிடலாம். அல்லது வேறு விலையையும் கொடுக்கலாம்.

- Stop Loss

நஷ்டத்தைத் தவிர்ப்பதற்கான வழி, குறிப்பாக Intraday Trader-களுக்கு. உதாரணத்திற்குப் பணக்குட்டி பங்கை ரூ.1000 வாங்கியிருக்கிறோம். ரூ.1100 வந்தால் விற்க Sell Order கொடுத்திருக்கிறோம். ஆனால் விலையோ நாம் கவனிக்காத சமயம் ரூ.900, ரூ.800 என்று கீழே இறங்கினால் என்ன ஆகும்? நமக்கு நஷ்டம் அதிகமாகும். இப்படியான சூழல்களில் நஷ்டத்தைத் தவிர்க்க Stop Loss ஆக ஒரு விலையை நிர்ணயம் செய்து வைக்கலாம். 'ரூ.900 கீழே போனால் விற்றுவிடு' என்று Stop Loss போட்டு வைத்தால் 1000ல் இருந்து படிப்படியாகக் குறைந்து 900 ஐ தொட்டதும், Sell Order Trigger ஆகி பங்கு விற்பனை நடந்துவிடும். பெரிய அளவிலன நஷ்டம் தவிர்க்கப்படும்

- Upper/ Lower Circuit

செயற்கையாக ஒரு பங்கின் விலை ஏற்றி இறக்கப்படுவதைத் தவிர்க்க, அடிப்படை விலை நிர்ணயிக்கப்படும். ஒவ்வொரு பங்கிற்கும் அதன் முந்தைய நாள் பங்கு நிறைவு விலையை (Prev. Day Close) வைத்து, அன்றைய தினம் அந்தக் குறிப்பிட்ட பங்கின் விலை இவ்வளவு அதிகம் அல்லது இவ்வளவு குறைவாகப் போகலாம் என்று நிர்ணயம் செய்கிறார்கள்.

உதாரணத்திற்கு, பணக்குட்டி பற்றி ஒரு நல்ல செய்தி நியூஸ் சேனல்களில் வருகிறது. அதைப் பார்த்து ஆளாளுக்குப் போட்டி போட்டுக்கொண்டு பங்கை வாங்கத் தொடங்கினால் என்ன ஆகும்? விலை எல்லை மீறிப் போகும். சிலர் இந்தச் சந்தர்ப்பத்தைப் பயன்படுத்திச் செயற்கை விலையேற்றத்தில் ஈடுபடவும் வாய்ப்பிருக்கிறது. இதைத் தடுக்க Upper Circuit Limit என்று ஒரு விலையை (சந்தை விலையை விட 5% - 10% அதிகமான விலை) நிர்ணயம் செய்துவிடுவார்கள். இந்த விலையைப் பங்கு அடைந்துவிட்டால் விற்க ஆள் இல்லை என்று பொருளாகிவிடும். அதற்கு மேல் Buy Order எதுவும் செயல்படாது. இதற்கு அப்படியே நேர் எதிர் Lower Circuit. பங்கின் விலை ஒரே நாளில் அதளபாதாளத்திற்குப் போய்விடாமல் தடுப்பது. இந்த விலையைப் பங்கு அடைந்துவிட்டால் வாங்க ஆள் இல்லை என்று பொருள்

- AMO - After Market Order

பங்குச்சந்தை முடிந்த பிறகு கொடுக்கப்படும் Sell / Buy Order-கள் அடுத்த சந்தை நாளின் தொடக்கத்தில் Trigger ஆகி, பரிவர்த்தனை தொடங்கும்.

- GTT - Good Till Triggered

Trigger விலையைக் குறிப்பிட்டு, ஒரு பங்கை குறிப்பிட்ட விலைக்கு வாங்கவோ (Buy Order) விற்கவோ (Sell Order) ஆர்டர் கொடுத்துவிட்டால் ஒரு வருடத்திற்கு அந்த Trigger செயல்பாட்டில் இருக்கும். அந்த ஒரு வருடத்தில் என்று, எப்போது பங்கு Trigger விலையை அடைந்தாலும், பரிவர்த்தனை தொடங்கிவிடும். Buy/ Sell Order நடந்துவிடும்.

- Returns

பங்கு இதுவரை கொடுத்திருக்கும் வருமானம் - தினம், மாதம், வருடம், ஆரம்பத்திலிருந்து இதுவரை என்று எந்தக் காலகட்டத்திற்கும் பார்க்கலாம்

- Dividend Yield

நிறுவனங்கள் தங்களது லாபத்தை அவ்வபோது பங்குதாரர்களுக்குப் பிரித்துக் கொடுப்பார்கள். புதிய, வளர்ந்து வரும் நிறுவனங்கள் லாபத்தை மீண்டும் தொழிலிலேயே மறுமுதலீடு செய்வார்கள். வளர்ந்த பெரிய நிறுவனங்கள், அரசு பொதுத்துறை நிறுவனங்கள் லாபத்தைப் பங்குதாரர்களுடன் பகிர்ந்துகொள்வார்கள். பங்கின் அன்றைய மதிப்பில் (CMP) இல்லாமல், முகமதிப்பின் (Face Value) அடிப்படையிலேயே லாப பங்கீடு வழங்கப்படும். ஆண்டுக்கு எத்தனை சதவீதம் வழங்கப்பட்டது என்பதை Dividend Yield குறிக்கும்.

76. மியூசுவல் ஃபண்ட், ஓர் எளிய அறிமுகம்

மியூசுவல் ஃபண்ட் - தமிழில் பரஸ்பர நிதி.

0.20 பைசாவில் தொடங்கி ரூ.1,11,000-க்கு மேல் விற்பனையான MRF பங்குகள் வரை பங்குச்சந்தையில் இருக்கும் பங்குகளில் நமக்கு விருப்பமானவை அத்தனையையும் நம்மால் நேரடியாக வாங்க முடியாமல் போகலாம். ஆனால், ஒரே ஒரு மியூசுவல் ஃபண்ட் மியூசுவல் மூலம் வெறும் 10,000 ரூபாயில் MRF உட்பட 10-15 கம்பெனிகளுக்கு நாம் பங்குதாரர் ஆகலாம். எப்படி ?

Fund House அல்லது Asset Management Company (AMC) என்றழைக்கப்படும் நிதி நிறுவனங்கள் ஒரு குறிப்பிட்ட பங்கு முதலீட்டுத் திட்டத்தை (Fund) தயார் செய்து நம்மைப் போன்ற முதலீட்டாளர்களிடமிருந்து பணத்தை வசூல் செய்து, Fund Manager என்றழைக்கப்படும் தொழில்சார்ந்த வல்லுனர்களிடம் அந்தப் பணத்தை ஒப்படைத்து, பங்குச் சந்தையில் முதலீடு செய்வார்கள்.

உதாரணத்திற்கு, ஆட்டோமொபைல் துறையில் உள்ள டாப் 25 கம்பெனிகளை எடுத்துக் கொள்வோம். இந்த 25 கம்பெனிகளது ஷேர்களையும் நேரடியாக நம்மால் வாங்க முடியாது. AMC கம்பெனிகளால் முடியும். 'டாப் 25 ஆட்டோமொபைல் கம்பெனிகளில் முதலீடு செய்யும் ஒரு ஒரு புதிய ஃபண்டை நாங்கள் தொடங்குகிறோம். இவர்தான் ஃபண்ட் மேனேஜர். இந்த ஃபண்டில் இத்தனை சதவிகித ரிஸ்க் உள்ளது, குறைந்தபட்ச முதலீட்டுத் தொகை இவ்வளவு' என்று ஒரு அறிவிப்பை வெளியிடுவார்கள்.

இதற்கு NFO - New Fund Offer என்று பெயர். முதலீட்டுத் தொகை பெரும்பாலும் ரூ.1000 அல்லது அதற்கும் குறைவாகவே இருக்கும். உச்சவரம்பு இருக்காது. பங்குகளில் (Equity) மட்டுமே மியூசுவல் ஃபண்ட்கள் முதலீடு செய்வதில்லை. கடன் பத்திரங்கள் (Debt), தங்கம் (Gold) என்று பல இடங்களிலும் முதலீடு செய்கிறார்கள். நம்மைப் போன்ற பலரும் குறிப்பிட்ட தேதிக்குள் பணம் கட்டி ஃபண்ட்-ல் இணைந்ததும், அந்தப் பணம் பங்குகளில் (அல்லது கடன் பத்திரங்கள்) முதலீடு செய்யப்படும்.

முதலீடு செய்யப்படும் பணத்தின் மொத்த மதிப்பு NAV - Net Asset Value அடிப்படையில் நாம் கட்டியிருக்கும் தொகைக்கு நிகரான யூனிட்களை (Unit) நம் பெயருக்கு மாற்றுவார்கள். புதிதாகத் தொடங்கப்படும் ஃபண்டின் NAV மதிப்பு 10 ரூபாயாக இருக்கும். இந்த 10 ரூபாயில் அந்த 25 கம்பெனிகளது ஷேர்களும் சதவிகித அடிப்படையில்

பங்கிடப்பட்டிருக்கும். எந்தக் கம்பெனி எத்தனை சதவிகிதம் என்பதை மேனேஜர் முடிவு செய்வார். ரூ.1000 கட்டியிருப்பவருக்கு 100 யூனிட்கள் கிடைக்கும்.

10 ரூபாயில் தொடங்கும் இந்த NAV மதிப்பு, ஃபண்ட் முதலீடு செய்திருக்கும் 25 கம்பெனிகளது லாப நஷ்டத்திற்கேற்ப காலப்போக்கில் கூடும் அல்லது குறையும். SEBI உத்தரவுபடி ஒவ்வொரு வர்த்தக நாளின் இறுதியிலும் ஃபண்ட்கள் தங்களது NAV மதிப்பை வெளியிட வேண்டும்.

NAV அதிகமாக இருந்தால் யூனிட்கள் குறைவாகவே கிடைக்கும். அதற்காகப் புதிய, அதிக யூனிட்கள் வழங்கும் ஃபண்ட்களில் மட்டுமே முதலீடு செய்ய வேண்டும் என்றல்ல. திறமையான ஃபண்ட் மேனேஜர்களால் நிர்வகிக்கப்பட்டு, பல வருடங்களாகத் தொடர்ந்து லாபம் கொடுத்து வரும் நிறுவன ஃபண்ட்களின் NAV நிச்சயம் அதிகமாகவே இருக்கும். பங்குச்சந்தை போல ஃபண்ட்களின் விலையை மிகைப்படுத்திக் (Overvalued) காட்ட முடியாது என்பதால் NAV அதிகமான நல்ல ஃபண்ட்களில் முதலீடு செய்வதும் லாபகரமாகவே இருக்கும்.

நேரடியாகப் பங்குச்சந்தையில் ஈடுபடும்போது லாப நஷ்டம் அனைத்தும் நம்மையே சாரும். நாம் வாங்கி வைத்திருக்கும் கம்பெனியின் செயல்பாடுகள் அனைத்தையும் கண்கொத்திப் பாம்பாக நாமே கவனித்துக் கொண்டிருக்க வேண்டும். இதுவே மியூசுவல் ஃபண்ட் வாயிலாக பங்குகளை வாங்கும் போது நமக்காக இந்த வேலையை ஃபண்ட் மேனேஜர்கள் செய்வார்கள். ஒரு AMC கம்பெனி நிர்வகிக்கும் மொத்த சொத்து மதிப்பை AUM – Asset Under Management என்று அழைக்கிறார்கள். நாம் கட்டும் பணத்தில் ஒரு சிறு தொகையை - 0.1% இருந்து 2% வரை நிர்வாகக் (சேவை) கட்டணமாக எடுத்துக் கொள்வார்கள். இதற்கு Total Expense Ratio (TER) என்று பெயர். இந்தக் கட்டணம் எவ்வளவு குறைவாக உள்ளதோ நமக்கு அவ்வளவு லாபம். ஃபண்ட் கம்பெனியால் நமக்கு லாபம், நம்மால் அவர்களுக்கு லாபம் என்பதால்தான் பரஸ்பர நிதி – Mutual Fund என்று பெயர்!

Expense Ratio தவிர்த்து, ஃபண்ட்களில் முதலீடு செய்ய வசூலிக்கப்பட்ட நுழைவுக் கட்டணத்தை (Entry Load) SEBI தடை செய்துவிட்டது. ஆனால் பணத்தை முதலீடு செய்த 365 நாட்களுக்குள் வெளியே எடுப்பவர்களுக்கு வெளியேற்ற கட்டணமாக (Exit Load) முதிர்வுத் தொகையிலிருந்து 1% முதல் 2.5% வரை பிடிப்பது நடைமுறையில் உள்ளது.

77. மியூசுவல் ஃபண்ட் வகைகள்

முதலீட்டாளர்களது பணம், எந்த மாதிரியான நிறுவனப் பங்குகளில் முதலீடு செய்யப்படுகிறது என்பதை வைத்து மியூசுவல் ஃபண்ட்களை பரவலக மூன்று வகையாகப் பிரிக்கலாம்.

1. Equity Mutual Funds - முழுக்க முழுக்கப் பங்குச்சந்தையில் மட்டுமே முதலீடு செய்யப்படும். அதிக ரிஸ்கான ஃபண்ட் வகை என்றாலும் நீண்ட கால முதலீட்டாளர்களுக்கு பெருமளவு வளர்ச்சியைக் கொடுக்கும். முதலீடு செய்யப்படும் பங்குகளின் அடிப்படையில் பங்குச்சந்தை சார்ந்த ஃபண்ட்களில் Multi Cap Fund, Large Cap Fund, Large & Mid Cap Fund, Mid Cap Fund, Small Cap Fund, Dividend Yield Fund, Value/ Contra Fund, Focussed Fund, Sectoral/ Thematic Fund, ELSS என்று மொத்தம் 10 உட்பிரிவுகள் (வகைகள்) இதில் உண்டு.

2. Debt Mutual Funds - அரசு கடன் பத்திரங்கள், கார்ப்பரேட் நிறுவன டெபாசிட்கள் (Corporate and Government Bonds), பணச்சந்தை பத்திரங்கள் (Money Market Instruments - Treasury Bills, Commercial Paper etc.) போன்றவற்றில் முதலீடு இருக்கும். ரிஸ்க் குறைவு. நிலையான வளர்ச்சி இருக்கும். குறுகிய கால முதலீட்டிற்கு ஏற்றது. மொத்தம் 16 உட்பிரிவுகள் இதில் உண்டு.

3. Hybrid Mutual Funds - இரண்டும் கலந்த கலவை. மிதமான ரிஸ்க். ஒன்று கவிழ்ந்தாலும் மற்றொன்று காப்பாற்றும். Conservative Hybrid Fund, Balanced/ Aggressive Hybrid Fund, Dynamic Asset Allocation Fund, Multi Asset Allocation Fund, Arbitrage Fund, Equity Savings Fund என்று இதில் 6 உட்பிரிவுகள் உள்ளது.

இம்மூன்று பிரிவுகளைத் தவிர, தீர்வு அடிப்படையிலான ஃபண்ட்கள் இரண்டு உண்டு - Retirement Fund மற்றும் Children's Fund. பெயரிலேயே இருப்பது போல ஓய்வுக்காலம், பிள்ளைகளது எதிர்காலம் தொடர்பான சேமிப்பிற்கான ஃபண்ட்கள் இவை. தங்கம் - Gold Mutual Funds, ரியல் எஸ்டேட்டில் (REITs) முதலீடு செய்யும் ஃபண்ட்களும் உண்டு.

Risk Tolerance - ரிஸ்க் எடுக்கக்கூடிய அளவீட்டின் அடிப்படையில் மியூசுவல் ஃபண்ட் முதலீட்டாளர்களை மூன்று வகையாகப் பிரிக்கலாம்.

1. Aggressive Investor என்பவர் அதிக ரிஸ்க் எடுக்கக் கூடியவர். இளைஞர்களால், நீண்ட கால நோக்கத்தில் முதலீடு செய்பவர்களால் அதிக ரிஸ்க் எடுக்க முடியும். நஷ்டம் வந்தாலும் மீண்டு எழ முடியும்.

80% வரை Equity Mutual Fund முதலீட்டிலும் 20% பிற முதலீடுகளிலும் ஈடுபடுவார்கள்.

2. Moderate Investor – குறைந்த அளவு ரிஸ்க் எடுக்கக்கூடிய குறுகிய கால முதலீட்டாளர்கள். 50% Equity-யிலும், 50% Debt Fund-களிலும் முதலீடு செய்பவர்கள்.

3. Conservative Investors - ரிஸ்க் என்ற பேச்சுக்கே இடம் இல்லை. ரிட்டயர்மண்ட் ஆன, மாதாமாதம் ரெகுலர் பணத்தேவை இருப்பவர்கள். அவசரத்திற்குப் பணம் எடுக்க Equity ஒத்து வராது. ஆக இவர்களது முதலீடு 80% Debt Fund களில் இருக்கும்.

முதலீட்டு காலத்தைப் பொறுத்து மியூசுவல் ஃபண்ட்களை இரண்டாக வகைப்படுத்தலாம்.

1. Closed Ended Fund - புதிய ஃபண்ட் அறிவிப்பின் போது (NFO) பணம் கட்டி இணைபவர்கள் மட்டுமே இவ்வகை ஃபண்ட்களில் தொடர முடியும். மூன்று / ஐந்து ஆண்டுகள் Lock-in Period இருக்கும். முதிர்வுக்காலம் முடியும் முன் பணத்தை வெளியே எடுக்க முடியாது. குறிப்பிட்ட யூனிட்கள் மட்டுமே வெளியிடப்படும். ஃபண்ட் முதலீடு செய்துள்ள பங்குகள் நன்றாகச் செயல்பட்டு லாபம் வந்தால் ஓகே, நஷ்டத்தைச் சுதாரித்து வெளியேற முடியாது.

2. Open Ended Fund - இவை ரெகுலர் பண்டுகள். முதிர்வுக்காலம் போன்ற கெடுபிடிகள் இருக்காது. யார் வேண்டுமானாலும் எப்போது வேண்டுமானாலும் எவ்வளவு பணத்தை வேண்டுமானாலும் முதலீடு செய்யலாம், எப்போது வேண்டுமானாலும் எவ்வளவு யூனிட்களை விற்றுப் பணமாக்கிக் கொள்ளலாம்.

வரி சேமிப்பிற்கென பிரத்யேகமாக ELSS - Equity Linked Savings Scheme என்றொரு ஃபண்ட் வகை உண்டு. 3 வருட லாக்-இன் உண்டு என்றாலும், அவை Open Ended Fund-கள் தான்.

78. மொத்த முதலீடு (Lumpsum) & தவணை முதலீடு (SIP)

மியூச்சுவல் ஃபண்டில் பணத்தை இரு வழிகளில் முதலீடு செய்யலாம்.

Lumpsum (One Time Investment) - ஒரே தவணையாக போனஸ் பணம், சொத்து விற்பனை அல்லது ஓய்வு பெறும்போது கிடைக்கும் பணம் என்று மொத்தமாகக் கிடைக்கும் பணத்தை இம்முறையில் முதலீடு செய்யலாம்.

SIP - Systematic Investment Plan - தினம், வாரம், மாதம், காலாண்டு, அரையாண்டு என்று தவணைகளாகப் பணத்தை முதலீடு செய்வது. மாதச் சம்பளக்காரர்களுக்கு ஏற்றது. நம் வங்கிக்கணக்கில் இருந்து குறிப்பிட்ட தொகையைக் குறிப்பிட்ட கால இடைவெளியில் (தேதிகளில்) குறிப்பிட்ட மியூச்சுவல் ஃபண்ட்களில் வெறும் 500 ரூபாயிலிருந்து முதலீடு செய்யலாம்.

Lumpsum முறையில் முதலீடு செய்யும் நேரம் சந்தை இறக்கத்தில் (Bearish) இருந்தால் ஃபண்ட்களின் NAV மதிப்பு குறைவாக இருக்கும், அதிக யூனிட்-கள் கிடைக்கும். அதுவே காளைச்சந்தையாக இருந்தால் குறைவான யூனிட்களே கிடைக்கும். SIP முறையில் சந்தை காளையானாலும் கரடியானாலும் கவலையில்லை. ஒரு மாதம் குறைவான யூனிட்கள் கிடைத்தால், மறுமாதமே அதிக யூனிட்கள் கிடைத்துவிடும் வாய்ப்புள்ளது. இப்படிச் சேரும் யூனிட்களின் NAV மதிப்பு மதிப்பு ஒரு கட்டத்தில் சமன் ஆகி சரியான மதிப்பிற்கு வந்துவிடும். இதற்கு Rupee Cost Av—eraging என்று பெயர்.

வாங்கிய கடனுக்கு மாதாமாதம் EMI கட்டியே பழக்கப்பட்ட நாம் அதே ஒழுங்குடன் தவணை தவறாமல் SIP கட்டத் தொடங்கினால் மிக விரைவிலேயே பெரும் செல்வத்தைச் சேமித்து விடலாம். கூட்டுவட்டியின் மேஜிக்கை ஒரு சிறு உதாரணம் மூலம் பார்ப்போம். மாதம் ரூ.15,000, 15 வருடங்கள் தொடர்ந்து SIP முறையில் முதலீடு செய்தால், மொத்த முதலீட்டுத் தொகை 27 லட்சமாக இருக்கும். இதில் வருடத்திற்கு 15% லாபம் கிடைத்தால் கூட நம் கணக்கில் எவ்வளவு பணம் சேர்ந்திருக்கும் தெரியுமா? ரூ. 92,60,000. கிட்டத்தட்ட 1 கோடி! இதே கணக்கு, வருடம் 1000 ரூபாயை மட்டும் அதிகப்படுத்தி (முதல் வருடம் மாதம் ரூ.15000., 2 ஆம் வருடம் 16000ரூ., 3 ஆம் வருடம் 17000ரூ...) கட்டிவந்தால் மொத்த முதலீட்டுத் தொகை ரூ. 39,60,000 ஆகவும், கிடைக்கும் தொகை 1 கோடியே 21 லட்சமாகவும் இருக்கும். இது மேஜிக் இல்லாமல் வேறு என்ன?

79. டிவிடண்ட் Vs குரோத்

மியூசுவல் ஃபண்ட் கட்டுப்பாட்டு அமைப்பான SEBI முதலீட்டாளர்களது பணம் சரியான முறையில் கையாளப்படுகிறதா என்று கண்காணிப்பதைத் தாண்டி முதலீட்டாளர் வசதி, தேவைக்கேற்ப தேர்ந்தெடுத்துக் கொள்ள எக்கச்சக்க ஆப்ஷன்களையும் வழங்குகிறது. நிறுவனங்கள் தங்களது லாபத்தின் ஒரு பகுதியைப் பங்குதாரர்களுக்கு Dividend-களாகக் கொடுக்கும். மியூசுவல் ஃபண்ட் மூலம் நாம் முதலீடு செய்திருக்கும் பங்குகள் மூலமாகவும் டிவிடண்ட் தொகை வரும். இந்தத் தொகையை இருவேறு வழிகளில் வாங்கிக் கொள்ளும் வசதி உள்ளது.

- *Dividend Option (IDCW)*

நம் முதலீடுகள் ஈர்க்கும் டிவிடண்ட் வருமானம் நமக்கு எப்போது, எவ்வளவு வழங்கப்பட வேண்டும் என்பதை ஃபண்ட் மேனேஜர்கள் முடிவு செய்வார்கள். அந்தத் தொகையை நேரடியாக நம் வங்கிக்கணக்கில் வாங்கிக் கொள்வதற்கு IDCW - Income Distribution cum Capital Withdrawal என்று பெயர். ரெகுலர் வருமானம் தேவைப்படுபவர்களுக்கான வசதி இது.

- *Growth Option*

டிவிடெண்டை காசாக்காமல் ஃபண்டிலேயே மறுமுதலீடு செய்வது குரோத் ஆப்ஷன். பெயரிலேயே இருப்பதுபோல நீண்ட கால வளர்ச்சிக்கு IDCW விட குரோத் ஆப்ஷனே சிறந்தது. ஒரே தொகையை முதலீடு செய்தாலும், வருமானத்தை வெளியே எடுப்பவர்களைவிட மறுமுதலீடு செய்பவர்கள் வசம் இருக்கும் யூனிட்களின் NAV மதிப்பு கூடுதலாக இருக்கும். நீண்ட கால அடிப்படையில் கூட்டுவளர்ச்சியினால் இதன் மூலம் மிகப்பெரிய பலன் இருக்கும். கூடுதல் வருமானமாக அவ்வபோது கொஞ்சம் பணம் வருவது நல்லது என்று நினைப்பவர்களுக்கு வேண்டுமானால் IDOW சரியாக இருக்கலாம். ஆனால் நீண்ட கால வளர்ச்சிக்கு குரோத் ஆப்ஷனே சரி.

80. டைரெக்ட் Vs. ரெகுலர்

நமது மியூசுவல் ஃப்ண்ட் முதலீடுகளை யார் செய்வது என்பதையும் நாமே தேர்ந்தெடுத்துக் கொள்ளலாம். இதிலும் இரண்டு ஆப்ஷன்கள் உண்டு.

- *Direct Plan* - நேரடியாக நாமே யார் துணையும் இல்லாமல் நமக்கான ஃபண்டுகளைத் தேர்ந்தெடுத்து முதலீடு செய்வது.
- *Regular Plan* – முதலீட்டு முகவர் *(Mutual Fund Agent)* அல்லது நிதி ஆலோசகர் *(Financial Advisor)* மூலம் நம் முதலீடுகளைச் செய்வது.

நிர்வாகச் செலவுகளுடன், நமக்காக முதலீட்டை மேற்கொள்ளும் முகவர்களுக்கும் நம் முதலீட்டிலிருந்து ஒரு சிறு சதவிகிதம் கட்டணமாகப் போய்விடும். பங்குச்சந்தை, மியூசுவல் ஃபண்ட் செயல்பாடுகள் பற்றி நன்கு தெரிந்தால், டைரெக்ட் ஆப்ஷன் வழி நாமே நேரடியாக முதலீடு செய்யலாம். லாப நஷ்டம் அனைத்திற்கும் நாமே பொறுப்பு. மொத்தக் கட்டணம் *(TER)* குறைவு என்பதால் *NAV* மதிப்பும் கூடுதலாக இருக்கும்.

ஒரு ஃபண்ட் சரியாகச் செயல்படுகிறதா இல்லையா, தொடர்ந்து அதில் முதலீடு செய்வதா அல்லது வேறு ஃபண்டிற்கு மாறுவதா என்பதெல்லாம் நமக்கு தெரியாமல் போகலாம். ஆனால் இதையே தொழிலாக வைத்திருப்பவர்களுக்கு நிச்சயம் தெரியும். ரெகுலர் ஆப்ஷனில் நமது தேவை, நோக்கத்திற்கேற்ற ஃபண்ட்களை முகவர்கள் தேர்ந்தெடுத்து தொடந்து கண்காணிப்பார்கள். ஆனால், ஃபண்ட் செயல்பாடு எப்படி இருந்தாலும் முகவர் கட்டணம் சரியாக அவர்களுக்குச் சென்றுவிடும். முகவர் தெளிவான ஆளாக இல்லாமல் போனாலும், தனது லாபத்திற்காக நம்மை மோசமான ஃபண்டில் சிக்க வைத்தாலும் நஷ்டம் அவருக்கில்லை, நமக்குத்தான்.

கூடவே ரெகுலர் ஆப்ஷன் கட்டணம் குறைவாகத் தெரிந்தாலும், நீண்ட கால அடிப்படையில், கிடைக்கும் லாபத்தில் பெரும் வித்தியாசம் இருக்கும். ஆனால் இதற்கும் ஒரு வழி வைத்திருக்கிறது *SEBI*. முதலீட்டாளர்களாகிய நாம் நினைத்தால் எப்போது வேண்டுமானாலும் ரெகுலரில் இருந்து டைரக்ட் ஆப்ஷனுக்கு நமது ஃபண்டுகளை மாற்றிக்கொள்ள முடியும். அதற்கு முகவர் துணையோ, அனுமதியோ தேவையில்லை.

81. இன்டெக்ஸ் ஃபண்ட் & ஈ.டி.எஃப்

பங்குச்சந்தையில் நேரடி முதலீட்டைத் (Active Investing) தவிர்த்து Passive Investing முறையிலும் முதலீடு செய்யலாம்.

Index funds - சந்தையின் போக்கை அளவிடும் சென்செக்ஸ், நிஃப்டி குறியீடுகள் தவிர சந்தை மதிப்பு வாரியாக (Large Cap, Mid Cap, Small Cap), துறை வாரியாக (Sector Wise), சந்தைப்போக்கை அளவிடும் Index குறியீடுகள் நிறைய உள்ளன. இண்டெக்ஸ் ஃபண்ட்கள் 95% இந்தக் குறியீடுகளை அப்படியே பிரதிபலிக்கும் மியூசுவல் ஃபண்டுகள், அவ்வளவுதான். ஆக, இந்தக் குறியீடுகளது ஏற்ற இறக்கத்திற்கேற்ப இண்டெக்ஸ் ஃபண்ட்களின் NAV மதிப்பு இருக்கும்.

இந்தப் ஃபண்டுகளை நிர்வகிக்க திறமை வாய்ந்த ஃபண்ட் மேனேஜர் fcc தேவையில்லை. அதிக நேரமோ, செலவோ ஆகாது என்பதால் மற்ற ஃபண்டுகளை விட இண்டெக்ஸ் ஃபண்ட்களின் Expense Ratio கட்டணம் மிக மிக குறைவாகவே இருக்கும். குறைந்தபட்ச முதலீட்டுத் தொகை பெரும்பாலும் Lumpsum என்றால் 5000 ரூபாயாகவும், SIP என்றால் மாதம் 500 ரூபாய் என்ற அளவிலும் இருக்கும். சந்தைக்கு புதியவர்கள், அதிக ரிஸ்க் எடுக்க விரும்பாதவர்கள், அதே சமயம் இந்தியப் பங்குச்சந்தை (பொருளாதாரம்) கைவிடாது என்று நம்புபவர்கள் இந்த இண்டெக்ஸ் ஃபண்ட்களில் தாராளமாக முதலீடு செய்யலாம்.

ETF - Exchange Traded Funds - இண்டெக்ஸ் ஃபண்ட்களை பங்குச்சந்தையில் சாதாரண பங்குகளைப் போல லிஸ்ட் செய்து வர்த்தகம் செய்வது. குறியீடுகள் தவிர்த்து இப்போது ஆபரணத் தங்கம், வெள்ளிக்கு மாற்று முதலீடாக Gold ETF, Silver ETF கள் பிரபலமாகி வருகிறது. இன்டெக்ஸ் ஃபண்டிற்கும் ETF-க்கும் மதிப்புக் கணக்கீட்டு முறை ஒன்றுதான் என்றாலும் முதலீட்டளவில் இரண்டிற்கும் வித்தியாசங்கள் உண்டு. மியூசுவல் ஃபண்ட்களில் இருப்பது போல குறைந்தபட்ச முதலீட்டுத் தொகை போன்ற கட்டுப்பாடுகள் ETF-ல் இல்லை. ஒரே ஒரு ஷேரை (யூனிட்) கூட அன்றைய விலைக்கு வாங்கிக் கொள்ளலாம். ரிஸ்க் குறைவு. மியூசுவல் ஃபண்ட்களின் NAV மதிப்பு பங்குவர்த்தக நாளின் இறுதியில்தான் தெரிய வரும். ETF-கள் சாதாரண பங்குகளைப் போல செயல்படுவதால் வர்த்தக நாட்களில், வர்த்தக நேரத்திலேயே வாங்கலாம் விற்கலாம். விற்ற 2 நாட்களில் பணம் வந்துவிடும். உலகளவில் இன்டெக்ஸ் ஃபண்ட்களை விட ETF-கள் நீண்டகால அடிப்படையில் நல்ல வருமானத்தைக் கொடுத்து வருகிறது குறிப்பிடத்தக்கது.

82. SWP & STP

மியூசுவல் ஃபண்ட்களில் வெறும் 500 ரூபாயில் தொடங்கி தவணை முறையில் (SIP) பணத்தை முதலீடு செய்யும் வசதி மட்டுமல்ல, லாபத்தை வெளியே எடுக்கும் வசதியும் உண்டு.

- *SWP – Systematic Withdrawal Plan.*

இது ரிவர்ஸ் SIP. நம் வங்கிக்கணக்கில் இருக்கும் பணத்தைக் குறிப்பிட்ட கால இடைவெளியில் குறிப்பிட்ட ஃபண்டிற்கு மாற்றுவது SIP. அதுவே நாம் முதலீடு செய்துவரும் ஃபண்ட்-ல் சேர்ந்திருக்கும் யூனிட்களை குறிப்பிட்ட கால இடைவெளியில் விற்று, அந்தப் பணத்தை நம் வங்கிக்கணக்கிற்கு மாற்றிக்கொள்வது SWP.

உதாரணத்திற்கு, உங்களது ஓய்வுக் காலத்திற்காக 15 ஆண்டுகளில் 1 கோடி ரூபாய் என்ற இலக்குடன், ஈக்விட்டி ஃபண்ட் ஒன்றில் தொடர்ந்து முதலீடு செய்து வருகிறீர்கள். 15 வருட முடிவில் இலக்கை அடைந்ததும் பணத்தை மொத்தமாக வெளியே எடுப்பதற்குப் பதில், மாதாந்திர வருமானம் போல கொஞ்சம் கொஞ்சமாக யூனிட்களை விற்றுக் காசாக்கி வங்கிக்கணக்கிற்கு மாற்றிக் கொள்ளலாம். மாதாமாதம் தான் எடுக்க வேண்டும் என்றில்லை. குறிப்பிட்ட ஒரு தொகையை காலாண்டு, அரையாண்டு, ஆண்டுக்கு ஒருமுறைகூட விற்று பணமாக்கிக் கொள்ளலாம்.

இதில் மேலும் ஒரு வசதி, குறிப்பிட்ட தொகை என்றில்லாமல், நம் முதலீடு ஈர்க்கும் வருமானத்தை மட்டும் தனியாக வெளியே எடுத்துக் கொண்டே வரலாம். மீதமிருக்கும் யூனிட்கள் சந்தை நிலவரத்திற்கேற்ப தொடர்ந்து லாபம் ஈட்டிக் கொடுத்துக் கொண்டே இருக்கும்.

- *STP – Systematic Transfer Plan*

வங்கிக்கணக்கில் இருக்கும் பணத்தைத் தவணை முறையில் ஃபண்டிற்கு மாற்றினால் SIP. ஒரு ஃபண்டில் இருக்கும் யூனிட்களை விற்று மற்றொரு ஃபண்டில் யூனிட்களாக மாற்றிக் கொள்வது STP. ஒரே ஒரு கண்டிசன், பரிவர்த்தனை நடக்கும் இரு ஃபண்ட்களும் ஒரே நிதி நிறுவனத்தை (AMC/ Fund House) சேர்ந்ததாக இருக்க வேண்டும்.

உதாரணத்திற்கு, உங்களிடம் 5 லட்ச ரூபாய் உள்ளது. மொத்தத்தையும் ஒரே தவணையாக (Lumpsum) ஒரே ஃபண்டில் முதலீடு செய்துள்ளீர்கள். அப்படிச் செய்யும்போது சரியான ஃபண்டைத் தேர்தெடுப்பது மிக மிக அவசியம். முதலுக்கு மோசம் இல்லாமல் இருக்க ஃபண்டின் செயல்பாடு

சிறப்பாக இருக்க வேண்டும். சந்தை ஏற்ற இறக்கத்தினால் கிடைக்கும் Rupee Cost Averaging என்ற வசதி நமக்குக் கிடைக்காமல் போகலாம். சரியாக செயல்படாத ஃபண்டில் இருந்து மொத்தப் பணத்தையும் இடையிலேயே வெளியே எடுத்தால் Exit Load கட்டணமும் அதிகமாக இருக்கும். இந்தச் சிக்கல்களையெல்லாம் STP மூலம் தவிர்க்கலாம்.

மொத்தப் பணத்தையும் ரிஸ்க் குறைவான ஒரு ஃபண்டில் (Debt Fund) போட்டு அதிலிருந்து ரிஸ்க் அதிகமான ஃபண்டிற்கு (Equity Fund) குறிப்பிட்ட கால இடைவெளியில் மாற்றிக்கொண்டே வரலாம். 'இதற்குப் பணத்தை வங்கிக் கணக்கிலேயே வைத்துக் கொண்டு SIP போட்டுக் கொள்ளலாமே' என்று தோன்றலாம். வங்கிக் கணக்கில் இருக்கும் பணம் அதிகபட்சம் 4% முதல் 6% வட்டிக் கொடுக்கும். அதுவே ஒரு Liquid Fund 7% ல் இருந்து 9% வரை லாபம் கொடுக்கும். இம்முறையில் நம் பணம் இரு ஃபண்ட்களிலும் லாபம் சம்பாதித்துக் கொண்டே இருக்கும்.

ஓய்வு கால உதாரணத்தையே எடுத்துக்கொள்வோம்.

15 ஆண்டுகளில் 1 கோடி ரூபாய் என்ற இலக்குடன், அதிக ரிஸ்க் உள்ள ஈக்விட்டி ஃபண்ட் ஒன்றில் தொடர்ந்து முதலீடு செய்து வருகிறீர்கள். 14 ஆம் ஆண்டு இறுதியிலேயே உங்கள் இலக்கை அடைந்துவிட்டீர்கள். மீதம் இருக்கும் ஒரு வருடமும் முதலீட்டைத் தொடர நினைத்தால், அதில் வரும் லாபம் முழுக்க போனஸ் தான். ஆனால் - பங்குச் சந்தையின் போக்கை யாராலும் கணிக்க முடியாது. போர், வைரஸ், இயற்கை பேரழிவு, ஆட்சி மாற்றம், பொருளாதார குழப்பநிலை என்று எது நடந்தாலும் சந்தை தலைகுப்புறக் கவிழ்ந்து பெரும் நஷ்டத்தை ஏற்படுத்தி விடும். மீண்டு எழ சில வருடங்கள் ஆகலாம். ஆக, நாம் எதிர்பார்த்த இலக்கை சீக்கிரமே அடைந்துவிட்டால், பணத்தை வெளியே எடுக்க வேண்டிய அவசியம் இல்லை. மாறாக, STP வாயிலாக ரிஸ்க் அதிகமான ஈக்விட்டி ஃபண்டில் இருந்து யூனிட்களைக் கொஞ்சம் கொஞ்சமாக விற்று, ரிஸ்க் குறைவான ஒரு Debt அல்லது Liquid ஃபண்டிற்கு பணத்தை (யூனிட்களை) மாற்றிவிடலாம்.

சிரமப்பட்டு சேர்த்த பணத்தின் மீதான கடைசி நேர ரிஸ்க் வெகுவாகக் குறையும். பணம் பாதுகாப்பாக இருக்கும். முதலீடும் தொடரும்.

83. மியூசுவல் ஃபண்ட் நன்மைகள்

மியூசுவல் ஃபண்ட்களால் நமக்கு என்னென்ன நன்மைகள் உள்ளது. விரிவாகப் பார்த்துவிடுவோம்.

பங்குச்சந்தையில் நேரடியாக முதலீடு செய்ய நேரம் இல்லாதவர்கள், புதியவர்கள், நீண்டகால தேவைகளான ஓய்வுப் பணம், பிள்ளைகளது கல்வி, திருமணம், புது வீடு போன்ற காரியங்களுக்காகப் பணம் சேர்ப்பவர்கள் என்று ஒவ்வொரு தனி நபரது தேவைக்கும், முதலீடு செய்ய விரும்பும் காலத்திற்கு ஏற்றபடி தேர்ந்தெடுத்துக்கொள்ள எக்கச்சக்க மியூச்சுவல் ஃபண்ட்கள் உண்டு.

பங்குச்சந்தையில் மொத்தப் பணத்தையும் ஒரே பங்கில் முதலீடு செய்வது அதிக ரிஸ்க் ஆன முதலீடு. அதுவே ஒரே ஒரு சரியான மியூசுவல் ஃபண்டில் முதலீடு செய்வது என்பது 15 சிறந்த பங்குகளில் முதலீடு செய்வதற்குச் சமம். நம் தேவைக்கேற்ப ரிஸ்கான Large, Midcap, Smallcap கம்பெனிகள் + ரிஸ்க் குறைவான Debt ஃபண்ட்கள் இரண்டிலும் ஒரே ஃபண்ட் மூலம் முதலீடு செய்ய முடியும். இப்படியான முதலீட்டுப் பரவலாக்கம் (Diversification) நம் பணத்தின் மீதுள்ள ரிஸ்க்கை பெருமளவில் குறைக்கும்.

சரியான நேரத்தில் சரியான பங்கில் முதலீடு செய்வது எவ்வளவு அவசியமோ அது போல, சரியான நேரத்தில் ஒரு பங்கில் இருந்து வெளியேறுவதும் அவசியம். ஒரு ஃபண்டில் எத்தனை பங்குகள் வேண்டுமானாலும் இருக்கலாம். ஆனால் எந்தப் பங்கு எவ்வளவு சதவிகிதம் இருக்க வேண்டும் என்பதும் முக்கியம். நம் முதலீட்டின் செயல்திறனைத் தொடர்ந்து கண்காணிக்க வேண்டும். இவையனைத்தும் தொழில்முறை நிபுணர்களான ஃபண்ட் மேனேஜர்களால் நிர்வகிக்கப்படுவதால் நமக்கு வேலை குறைவு, நம் பணத்திற்கு அதிக பாதுகாப்பு.

லட்சம் கோடிகளில் பணம் புழங்கும் மியூசுவல் ஃபண்ட்களில் அவ்வளவு சீக்கிரம் யாராலும் யாரையும் ஏமாற்றிவிட முடியாது. அதற்குக் காரணம் SEBI அமைப்பின் மிகக் கடுமையான கட்டுப்பாடுகள். அனைத்தும் கணிணி மயம் என்பதால் கருப்புப் பணம் என்ற பேச்சுக்கே இடமில்லை. மக்கள் பணத்தை நிர்வகித்துக் கொண்டிருக்கும் நிறுவனங்களை (AMCs) முதலீட்டாளர் நலன். தேவை அறிந்து மிகச்சரியான வழியில் வழிநடத்துவதுடன் தீவிரமாகக் கண்காணித்தும் வருகிறது SEBI அமைப்பு.

மியூசுவல் ஃபண்ட்களில் இருக்கும் மிகப்பெரிய வசதி முதலீடு செய்ய நினைக்கும் பணத்தை மொத்தமாக (Lumpsum) அல்லது தவணைமுறையில் (SIP) சேர்க்கலாம். முதலீட்டை எப்போது வேண்டுமானாலும் தொடங்கலாம் (Start), நிறுத்தலாம் (Pause), மீண்டும் தொடங்கலாம் (Repeat). தேவையான போது பணத்தை மொத்தமாகவும் எடுக்கலாம், தவணை முறையிலும் எடுத்துக் கொள்ளலாம் (SWP), ஒரு ஃபண்டில் இருந்து இன்னொரு ஃபண்டிற்கும் மாறிக் கொள்ளலாம் (STP). நாமே நேரடியாக முதலீடு செய்யலாம் (Direct Plan), முகவர் வாயிலாகவும் முதலீடு செய்யலாம் (Regular Plan).

மிக முக்கியமான ஒரு தகவல் - ஈக்விட்டி வருமானத்திற்கு 1 லட்ச ரூபாய் வரை வருமான வரி கிடையாது. அதற்கு மேல் வரும் வருமானத்திற்கு 10% வரி மட்டுமே. அதுவும் நம்மிடம் இருக்கும் யூனிட்களை விற்று காசாக்கினால் மட்டும்தான். ஒரு ஃபண்ட்-ஐ விற்று இன்னொரு ஃபண்ட்-ல் முதலீடு செய்தால் அது மறுமுதலீடு ஆகிவிடும், லாபக்கணக்கில் சேராது. வரி கட்டத்தேவையில்லை.

ELSS – Equity Linked Savings Scheme என்றொரு ஃபண்ட் வகை உண்டு. குறைந்தபட்ச முதலீட்டுக் காலம் (Lock-in Period) 3 வருடங்கள். Lump—sum, SIP இரண்டு வகையிலும் பணத்தை முதலீடு செய்யலாம். மூன்று வருடங்களுக்குப் பிறகு யூனிட்களை விற்று வரும் லாபத்தை வருமான வரிப்பிரிவு 80C-ல் (மொத்தமாக ரூ. 1,50,000 வரை) சேர்த்து வரி விலக்கு பெற்றுக் கொள்ளலாம். வரிசேமிப்புக்கென்றே பிரத்யேகமாக இருக்கும் மியூசுவல் ஃபண்ட் வகை இந்த ELSS.

சில மியூசுவல் ஃபண்ட் நிறுவனங்கள் SIP முறையில் முதலீடு செய்யும் முதலீட்டாளர்களுக்கு இலவசமாக ஆயுள் காப்பீடு வழங்குகிறது.

மற்ற முதலீடுகளை விட அதிக லாபத்தைத் தரக்கூடியது ஈக்விட்டி முதலீடு. ஆனாலும், ரிசர்வ் வங்கியின் புள்ளிவிபரப்படி (மார்ச் 2022) மியூசுவல் ஃபண்ட்களில் 2%, நேரடி பங்குச்சந்தையில் 4.8%, வங்கி FD-யில் 15%, ரியல் எஸ்டேட்-ல் 49% மக்கள் முதலீடு செய்திருக்கிறார்கள். மற்ற முதலீடுகளில் ரிஸ்க் குறைவுதான். ஆனால் என்றாலும் தினம் அச்சுறுத்தும் பணவீக்கத்துடன் போட்டிப் போட கொஞ்சம் ரிஸ்க் எடுக்கத்தான் வேண்டும்.

84. மியூசுவல் ஃபண்டில் இருந்து எப்போது வெளியேறலாம்?

என்னென்ன காரணங்களுக்காக நம் மியூசுவல் ஃபண்ட் முதலீட்டை விட்டு வெளியேறலாம் - யூனிட்களை விற்கலாம் - பார்ப்போம்.

1. வருடக்கணக்கில் பணத்தை முதலீடு செய்வது எதற்கு? என்றாவது ஒரு நாள் அதற்கான தேவை இருக்கும் என்று தானே. அந்தத் தேவை நெருங்கும் போது யூனிட்களை மொத்தமாக விற்கலாம் அல்லது SWP மூலம் மாதம் ஒரு சிறு தொகையாக எடுத்துக் கொள்ளலாம். நாம் எதிர்பார்த்த (கணக்கிட்ட) காலத்திற்கு முன்பே இலக்கை அடைந்துவிட்டால் ரிஸ்க் அதிகம் உள்ள ஃபண்ட்களில் இருந்து STP முறையில் யூனிட்களை விற்று ரிஸ்க் குறைவான ஃபண்ட் யூனிட்களாக மாற்றிக் கொள்ளலாம்.

2. வயது, வருமானம், குடும்பநிலை பொறுத்து ஒவ்வொருவரது தேவைகளும் மாறுபடும். அதிக ரிஸ்க் எடுக்கக்கூடிய இளம் பருவத்தில் நாம் Aggressive Investor-ஆக இருந்திருப்போம். நமது முதலீட்டுக் கலவையில் (Portfolio) ஈக்விட்டி ஃபண்ட்களுக்குப் பெரும் பங்கை ஒதுக்கியிருப்போம். வயது ஆக ஆக ரிஸ்கைக் குறைத்து நமது முதலீட்டை மறுசீரமைப்பு (Reallocation) செய்துகொள்வது நல்லது. முழுக்க ஈக்விட்டியாக இல்லாமல் கொஞ்சம் கடன் ஃபண்ட்களையும் முதலீட்டில் சேர்த்துக் கொள்ள வேண்டும்.

3. ஆறு மாதத்திற்கு ஒரு முறை அல்லது கட்டாயம் வருடத்திற்கு ஒருமுறையாவது நாம் முதலீடு செய்துள்ள ஃபண்ட்களின் செயல்பாடுகளை (வளர்ச்சியை) கவனித்துக் கொண்டே இருக்க வேண்டும். அதை Portfolio Review என்று சொல்வார்கள். நன்றாகச் செயல்பட்டுக் கொண்டிருக்கும் ஃபண்ட் அப்படியே காலம் முழுக்க தொடரும் என்று நினைத்துவிடக்கூடாது. ஈக்விட்டி மார்கெட்டில் ஏற்ற இறக்கம் சகஜமென்றாலும் தொடர்ந்து 2, 3 வருடங்களுக்கும் மேலாக மோசமாகச் செயல்பட்டுக் கொண்டிருக்கும் ஃபண்டில் இருந்து வெளியேறி விடுவது நல்லது. முதலில் SIP-யை நிறுத்த வேண்டும். பிறகு அந்த ஃபண்டில் இருந்து வெளியேறி வேறு ஒரு நல்ல ஃபண்டில் முதலீட்டைத் தொடர வேண்டும்.

ஃபண்ட் எவ்வளவு வளர்ந்திருக்கிறது என்பதை NAV-ன் வளர்ச்சியை வைத்துத் தெரிந்துகொள்ளலாம். கூடவே, சந்தையுடன் ஒப்பிட்டுப்

பார்க்கும் பொழுது ஃபண்டின் வளர்ச்சி எப்படி இருக்கிறது என்பதையும் பார்க்க வேண்டும். Benchmark Indices என்ற அழைக்கப்படும் அளவுகோல்களை ஃபண்ட்களே கொடுத்திருப்பார்கள். அதற்கு இணையாக அல்லது அதிகமாக நம் ஃபண்ட் செயல்பட்டால் சிக்கல் ஏதும் இல்லை என்று புரிந்துகொள்ளலாம்.

4. ஃபண்ட்கள் சரியாகச் செயல்படமால் போக சந்தை மட்டுமே காரணமாக இருக்கும் என்று சொல்ல முடியாது. ஒரு ஃபண்டில் மிக முக்கியமான நபர் - Fund Manager. சில மேனேஜர்களது தவறான முதலீட்டு முடிவுகளால் ஃபண்ட் அதளபாதாளத்திற்குப் போகலாம். ஃபண்ட் மேனேஜர்கள் மாறுவதனால் கூட வளர்ச்சியில் தேக்கம் ஏற்படலாம். அரிதாக, ஃபண்டை நிர்வகித்து வரும் நிதி நிறுவனம் திவால் ஆவதும் நடந்திருக்கிறது. ஒரு நிறுவனம் இன்னொரு நிறுவனத்துடன் இணையலாம் அல்லது இன்னொரு நிறுவனத்தை உங்கள் ஃபண்ட் நிறுவனம் தன்னோடு இணைத்துக்கொள்ளலாம். - அனைத்தும் நடக்க சாத்தியம் இருக்கிறது, நடந்திருக்கிறது. இப்படியான சூழல்களில் ஃபண்ட் செயல்பாட்டைக் கூர்ந்து கவனித்து முதலீட்டைத் தொடரலாமா வேண்டாமா என்று முடிவு செய்ய வேண்டும். சில ஃபண்ட்கள் ஆரம்பத்தில் (Scheme Document) சொன்னது ஒன்று, இப்போது செய்துகொண்டிருப்பது ஒன்றாக இருக்கும். ஃபண்டின் செயல்பாடு கணிக்க முடியாத வகையில் மேலும் கீழுமாக ஆட்டம் காட்டும். நமக்குச் சரி என்று தோன்றினால் தொடரலாம் அல்லது நஷ்டம், பதற்றத்தைத் தவிர்த்து வெளியேறிவிடலாம். இப்படியான சிக்கல் சூழல்களில்தான் சாமானியர்களான நமக்கு நிதி ஆலோசகர்களது உதவி தேவைப்படும்.

சிலர் சந்தை இறங்கி வரும்போது டெட் ஃபண்டில் இருந்து ஈக்விட்டிக்கு மாறுவார்கள் (Buy Low). சந்தை ஏறி வரும் போது விற்று விட்டு (Sell High) மீண்டும் டெட் ஃபண்டிற்கு வந்துவிடுவார்கள். இது சரியான உத்திதான் என்றாலும் ரிஸ்க் அதிகம். இங்கிருந்து அங்கு, அங்கிருந்து இங்கு என்று மார்க்கெட் நிலவரத்திற்கேற்ப அடிக்கடி தாவிக்கொண்டே இருப்பதும் நல்லதல்ல. Do Not Try To Time the Market என்று சொல்வார்கள். பங்குச்சந்தை என்று எப்படிச் செயல்படும் என்று யாராலும் சொல்ல முடியாது.

5. இறுதியாக நமக்கு ஏதேனும் திடீர் செலவு ஏற்படும் சூழலில், சமாளிக்கவே முடியாத பெரும் செலவாக இருந்தால் மட்டும், மியூசுவல் ஃபண்ட் யூனிட்களை விற்றுக் காசாக்கிச் செலவை முடிக்கலாம். ஆனால் அடிக்கடி முதலீடுகளில் கை வைப்பது நல்லதல்ல. நீண்ட கால ஆதாயமான கூட்டுவளர்ச்சி, இதனால் கடுமையாக பாதிக்கப்படும்.

85. லாபக்கணக்கீட்டு முறை – CAGR & XIRR

மியூசுவல் ஃபண்ட்கள், யூலிப் / மனிபேக் / சூப்பர் இன்கம் / ரிட்டயர்மண்ட் பாலிசி என்று பலவற்றில் முதலீடு செய்கிறோம். அப்படி நாம் செய்யும் முதலீடுகள் வருடா வருடம் சராசரியாக எவ்வளவு லாபம் தருகிறது என்பதை எப்படிக் கணக்கிடுவது?

சிம்பிளாகத் தொடங்குவோம். ரூ.100 முதல் போட்டு ரூ.120 திரும்பக் கிடைக்கிறது என்றால் லாபம் ரூ.20 சதவிகித கணக்கில் - [கிடைக்கும் தொகை / முதலீட்டு தொகை)-1] * 100 என்ற ஃபார்முலா படி, [(120/100)-1]*100 = 20% லாபம். இதற்கு Absolute Return - மொத்த லாபம் என்று பெயர்.

இதுவே மியூசுவல் ஃபண்ட் ஒன்றில் Lumpsum ஆக ரூ.1,00,000 முதலீடு செய்கிறோம். 5 வருடங்களுக்குப் பிறகு ரூ.1,50,000 கிடைக்கிறது. Absolute Return 50%. ஆக ஒரு வருடத்திற்கு 10% என்று எடுத்துக் கொள்ளலாமா? ஈக்விட்டி முதலீடுகளில் எல்லா வருடங்களும் லாபம் மட்டுமே இருக்காது. லாபமும் நஷ்டமும் மாறி மாறி வரும். அதுவும் ஒரே மாதிரி இருக்காது. ஆகச் சராசரியாக இவ்வளவுதான் லாபம் அல்லது நஷ்டம் (Average Returns) என்று சொல்லிவிட முடியாது.

1) இறுதியாக நமக்குக் கிடைக்கும் தொகை 2) ஆரம்பத்தில் நாம் முதலீடு செய்த தொகை 3) எத்தனை வருடங்கள் முதலீடு - இந்த 3 விபரங்களும் இருந்தால் CAGR எனப்படும் Compounded Annual Growth Rate மூலம் நம் முதலீடு சராசரியாக வருடத்திற்கு எவ்வளவு லாபம் கொடுத்திருக்கிறது என்பதைத் தெரிந்து கொள்ள முடியும்.

CAGR = [(கிடைக்கும் தொகை/முதலீட்டு தொகை)^(1/முதலீட்டு வருடங்கள்)-1

இதில் ஃபார்முலாவில் கிடைக்கும் விடையுடன் 100-யை பெருக்கினால் % அடிப்படையில் சராசரி வருட வருமானம் எவ்வளவு என்பது தெரிந்துவிடும்.

மேல் சொன்ன உதாரணத்திற்கு CAGR = ([(1,50,000/1,00,000)^(1/5)]-1)*100 = 8.44%. அதாவது சராசரியாக வருடத்திற்கு 10% அல்ல 8.44% வருமானம் கிடைத்திருக்கிறது என்று பொருள். லாபத்தை இப்படித்தான் கணக்கிட வேண்டும்.

ஒருமுறை பணம் போட்டு ஒருமுறை வெளியே எடுக்கும் Lumpsum முதலீடுகளுக்கு CAGR ஓகே. மாதாமாதம் அல்லது வருடாவருடம் பல

தவணைகளில் முதலீடு செய்யும் SIP முறைக்கு CAGR உதவாது. அதற்கு XIRR - Extended Rate of Return கணக்கிட வேண்டும்.

XIRR கணக்கிட Microsoft Excel தேவை. Rate of Return என்பதைத்தான் எக்ஸல் ஃபார்முலாவாக்கி, நம் வேலையைச் சுலபமாக்கி, XIRR என்று பெயர் வைத்திருக்கிறார்கள் மைக்ரோசாப்ட் நிறுவனத்தினர்.

எக்ஸல் ஷீட்டில் முதலீட்டு தேதிகளை (SIP Dates) ஒரு வரிசையிலும் (Column), முதலீடு செய்யும் தொகையை (SIP Amount) ஒரு வரிசையிலும் பதிவேற்றிக் கொள்ள வேண்டும். விடை தெரிய வேண்டிய இடத்தில் '=XIRR ([Date Column Range], [Amount Column Range])' என்ற பார்முலாவைத் தட்டிவிட்டால், எவ்வளவு லாபம் என்பதைக் கச்சிதமாகச் சொல்லிவிடும். நம் உதாரணத்திலேயே வருடம் ரூ.20,000 என்று 5 தவணைகளாக ரூ.1,00,000 முதலீடு செய்து 6 ஆவது வருட தொடக்கத்தில் ரூ.1,50,000 கிடைக்கிறது என்று கணக்கிட்டால் XIRR 14% வரும். Lumpsum முதலீட்டை விட SIP முதலீட்டில் லாபம் அதிகமாக இருக்கும். கூட்டுவட்டி மேஜிக்!

CAGR, XIRR இரண்டையும் கணக்கிட அன்லைனில் எக்கச்சக்க இலவச கால்குலேட்டர்கள், செல்போன் ஆப்கள் (App) உண்டு. தினம் ஒரு புதிய முதலீட்டு திட்டம் வெளிவந்து கொண்டிருக்கிறது. அத்தனையும் கவர்ச்சிகர ரிட்டன்ஸ் தருவதாகத் தான் விளம்பரப்படுத்தப்படுகிறது. உண்மையில் அவை நமக்கு எவ்வளவு லாபம் தரும் என்பதை CAGR/ XIRR மூலம் கணக்கிட்டு தெளிவாக்கிக் கொள்ளலாம். காரணம், மின்னுவதெல்லாம் பொன்னல்ல!

நடைமுறையில் இருக்கும் ஒரு மணிபேக் திட்டத்தை எடுத்துக் கொள்வோம்.

வருடம் 1 லட்சம் என்று 12 வருடங்களுக்குப் பணம் கட்ட வேண்டும். 13 ஆவது வருடம் கூலிங் பீரியட். 14 ஆவது வருடத்திலிருந்து, அடுத்த 24 வருடங்களுக்கு வருடத்திற்கு ரூ.1,29,750 வழங்கப்படும். 25 ஆவது வருடம் இறுதி செட்டில்மென்டாக ரூ.13,29,750 திரும்பக் கிடைக்கும் - கேட்கவே அட்டகாசமாக இருக்கிறதல்லவா? நாம் கட்டப்போகும் தொகை வெறும் 12 லட்சம். திரும்பக் கிடைக்கப் போவதோ 44 லட்சத்து 43 ஆயிரம் சொச்ச ரூபாய். ஆனால் உண்மையில் நமக்கு இந்தத் திட்டத்தால் எவ்வளவு வருமானம் கிடைக்கிறது தெரியுமா? வருடத்திற்கு வெறும் 6.44% (உபயம் XIRR). முதலீட்டுக் காலமோ 38 வருடங்கள்! சிந்தித்துப் பாருங்கள், இது நல்ல திட்டமா?

86. முதலீடு எப்போது டபுள், டிரிபிள் ஆகும்?

சிரமப்பட்டுச் சம்பாதிக்கிறோம், கர்ம சிரத்தையாகச் சேமிக்கிறோம், கவனமாக முதலீடு செய்கிறோம். நம் முதலீடு எப்போது, எவ்வளவு பெருகும் என்பது தெரிந்தால் இன்னும் உற்சாகமாக வேலையில் இறங்கலாம் இல்லையா? 72, 114, 144 - இந்த எண்களை நியாபகத்தில் வைத்துக்கொள்ளுங்கள்.

- **THE RULE OF 72**

எண் 72 உடன், வட்டியை (RO) வகுத்தால் நம் பணம் எப்போது இரட்டிப்பு (Double) ஆகும் என்பது தெரிந்துவிடும். உதாரணத்திற்கு 1 லட்ச ரூபாயை, வருடத்திற்கு 8% வட்டி கிடைக்கும் ஒரு முதலீட்டில் போட்டு வைத்தால், 72/8 = 9 வருடங்களில் ஒரு லட்சம் இரண்டு லட்சம் ஆகியிருக்கும். இதையே கொஞ்சம் மாற்றி, பணம் டபுள் ஆக எவ்வளவு வட்டி கிடைக்க வேண்டும் என்பது தெரிய, எண் 72-ஐ, வருடத்துடன் வகுக்க வேண்டும். உதாரணத்திற்கு 5 வருட முதலீடு என்று வைத்துக்கொள்வோம். 72/5 = 14.4. வருடத்திற்கு 14.4% வட்டி தரும் முதலீட்டில் பணத்தைப் போட்டால் 5 வருடத்தில் டபுள் ஆகி விடும்.

- **THE RULE OF 114**

பணம் மும்மடங்கு ஆக (Triple) எத்தனை வருடங்கள் ஆகும் என்பதைக் கணக்கிட 114 உதவும். உதாரணம், 114/13 = 8.8. 13% வட்டி கிடைக்கும் முதலீட்டில் பணத்தைப் போடும் போது, மும்மடங்கு ஆக 9 வருடங்கள் ஆகும். 4 வருடங்களில் டிரிபிள் ஆக வேண்டும். எவ்வளவு வட்டி இருக்க வேண்டும்? 114/4 = 28.5% (இவ்வளாவு வட்டி வாய்ப்பில்ல ராஜா... இது சும்மா உதாரணத்துக்கு)

- **THE RULE OF 144**

பணம் நான்கு மடங்கு (Quadruple) ஆக எத்தனை வருடங்கள்? 144 உதவும். உதாரணம், 144/9 = 16. 9% வட்டி கிடைக்கும் முதலீட்டில் பணத்தைப் போடும் போது, 4 மடங்கு ஆக 16 வருடங்கள் ஆகும்.

87. முதலீட்டில் செய்யக்கூடாத தவறுகள்

சம்பாதித்த பணத்தைச் சேமிக்க வேண்டும், சேமித்த பணத்தை முதலீடு செய்ய வேண்டும். அந்த முதலீடுகளில் செய்யக்கூடாத தவறுகள் இவை.

- காலம் தாழ்த்தி முதலீட்டைத் தொடங்குவது. கூட்டுவட்டி தனது மேஜிக்கை நிகழ்த்த நீண்ட கால முதலீடு அவசியம்.
- பணவீக்கத்தை கணக்கில் எடுத்துக்கொள்ளாமல் முதலீடு செய்வது. பணவீக்கம் ஆண்டுக்கு 7% ஆக இருக்கும்போது, ஆண்டுக்கு 5% வருமானம் தரும் வங்கி FD, RD போன்றவற்றில் பணத்தைப் போடுவதனால் எந்தப் பலனும் இல்லை.
- செய்யும் முதலீட்டைப் பற்றித் தெளிவாகத் தெரிந்து கொள்ளாமல் அடுத்தவரை மட்டுமே நம்பி முதலீடு செய்வது.
- வரிசேமிப்பிற்காக மட்டும் முதலீடு செய்வது.
- ஒரே இடத்தில் மொத்த முதலீட்டையும் முடக்கி வைப்பது அல்லது எதில் எவ்வளவு என்றுகூடத் தெரியாத அளவிற்கு இருக்கும் அத்தனை முதலீட்டுப் பிரிவுகளிலும் முதலீடு செய்வது.
- பேராசையை முதலீடு என்று நம்பி, 'மாதம் 10%', 'ஒரே வருடத்தில் பணம் டபுள்' என்று ஆசை காட்டும் கும்பல்களிடம் பணத்தை இழப்பது.
- சமூக வலைதளங்களில் போலியான டிரெண்டை உருவாக்கி, ஆரூடம் சொல்பவர்களது பேச்சை நம்பி போலி, துக்கடா கம்பெனிகளில் பணத்தை முதலீடு செய்வது.
- வயது, வேலை, குடும்பம், பொருளாதார சூழலுக்கு ஏற்ப ஒவ்வொரு தனிநபருக்கும் ரிஸ்க் அளவு மாறுபடும். இதைக் கணக்கில் கொள்ளாமல் அடுத்தவருக்குச் சரியாக அமைந்த முதலீடு நமக்கும் சரியாகவே இருக்கும் என்று முதலீட்டில் அடுத்தவரை காப்பியடிப்பது.

88. இந்திய வருமான வரிச்சட்டம், ஓர் எடுத்துக்காட்டு

இந்தியாவில் வரி கணக்கீடு செய்யப்படுவதைப் பற்றிய ஒரு சுவாரஸ்யமான கணக்கு உண்டு. கீழ் வரும் பதிவைத் தனது டுவிட்டர் பக்கத்தில் பகிர்ந்திருந்தார் பொருளாதார நிபுணரும் தமிழக வளர்ச்சிக் கொள்கைக் குழுவின் துணைத்தலைவருமான திரு. ஜெயரஞ்சன் அவர்கள்.

"வங்க சேமிப்புக்கணக்கில் ரூ.1000 ஒரு வருடத்திற்கு வைத்திருந்தால் 5.50% வட்டிக்கு ரூ.55 கிடைக்கும். அதே ரூ.1000 வங்கியில் கடனாக வாங்கினால் 9% வட்டி என்ற அடிப்படையில் ஒரு வருடத்திற்கு 90 ரூபாய் வட்டி கட்ட வேண்டும். அதே ரூ.1000-க்கு ஒரு உணவகத்தில் உணவருந்தினால் 18% GST நாம் அரசிற்குக் கொடுக்க வேண்டும். அதாவது 180 ரூபாய்.

ஆக, ரூ.1000 மதிப்புள்ள ஒரு பொருளை வாங்க, 18% GST உடன் சேர்த்து ரூ.1180 கொடுக்க வேண்டியிருக்கும். அப்படியென்றால் ரூ.1000 பொருளை வாங்க நாம் ரூ.1180 சம்பாதிக்க வேண்டுமா?

இல்லை. 1486.15 ரூபாய் சம்பாதிக்க வேண்டும்.

நீங்கள் ஒரு வருடத்திற்கு 5 லட்சம் முதல் 10 லட்சம் வரை சம்பாதிப்பவர் என்றால் தற்போதைய Income Tax Slab படி 20% வரி கட்டவேண்டும். 1486.15 ரூபாயில் 20% வருமான வரி 297.23ரூ. 3% CESS வரி 8.92ரூ. இந்த வருமான வரிப்பிடித்தம் போக நம் கையில் இருக்கும் தொகை 1180 ரூபாய். ஆக, ரூ.1000 மதிப்புள்ள ஒரு பொருளை வாங்க நாம் மொத்தமாக ரூ.1486.15 சம்பாதிக்க வேண்டும்.

ரூ.1000-க்கு 48.6% நேரடி மற்றும் மறைமுக வரியாக நாம் அரசிற்குக் கட்டுகிறோம்!"

வரி என்ற பெயரில் சம்பாதிக்கும் பணத்தில் பாதியை அரசிடம் இழந்து கொண்டிருக்கிறோம். இதில் அதிகம் சிரமப்படுவது சம்பளக்காரர்களே. விவசாயத்தில் 1 கோடி லாபம் வந்தலும் வரி கட்ட வேண்டியதிலை. மாதச் சம்பளக்காரன் ரூ.10,000 வாங்கினாலும் வரிப்பிடித்தம் போக மிச்சம்தான் கைக்கு வரும். வரியைத் தவிர்க்க முடியாது, சரியான முதலீடுகளின் மூலம் பெருமளவில் குறைக்கலாம்.

89. வருமான வரிச்சலுகைகள்

எமனிடமிருந்துகூடத் தப்பிவிடலாம். ஆனால் வருமான வரியில் இருந்து தப்பிக்கவே முடியாது. நமது முதல் செலவாகச் சேமிப்பு இருக்க வேண்டும் என்று ஆசைப்படுவோம். ஆனால், ஒரு சம்பளக்காரனது முதல் செலவே வருமான வரிதான். அதைப் பிடித்துவிட்டுத் தான் சம்பளமே கொடுப்பார்கள் (TDS - Tax Deducted at Source). நாம் கட்டும் வரிக்கேற்ற வசதிகளை அரசு நமக்குச் செய்து கொடுக்கிறதா என்ற கேள்வி விவாதத்திற்குட்பட்டது என்றாலும், இப்போதைக்கு வரி செலுத்துவோருக்கு இருக்கும் ஒரு பெரிய நன்மை வரிச்சலுகைகள் (Tax Exemptions). எக்கச்சக்க பிரிவுகளில் வரிச்சலுகைகளை ஒவ்வொரு வருடமும் அறிவித்து வருகிறது மத்திய அரசு. அவற்றில் சில...

- Section 80C

PPF, EPF, ELSS மியூசுவல் ஃபண்ட், LIC ப்ரீமியம், ULIP ப்ரீமியம், டேர்ம் இன்சூரன்ஸ், வீட்டுக்கடனில் அசல், வீட்டை பதிவு செய்ய ஆகும் கட்டணம் (Stamp Duty, Registration Fees) ஆகிய அனைத்து செலவுகளையும் இந்த 80C பிரிவில் காட்டி வரிவிலக்குப் பெறலாம். ஆகச்சிறந்த முதலீடுகள் அத்தனைக்குமான வரிச்சலுகைகளை இந்த ஒற்றைப் பிரிவின் கீழ் கொண்டு வந்து, அதன் உச்சவரம்பைப் பல வருடங்களாக வெறும் 1,50,000 ரூபாயாகவே வைத்திருக்கிறார்கள். ஒவ்வொரு பட்ஜெட்டிலும் 80C-க்கான உச்சவரம்பு உயர்த்தப்படும் என்று எதிர்பார்த்து ஏமாறுவது வழக்கமாகிவிட்டது.

- Section 80 CCD

NPS National Pension Scheme - 18 வயது முதல் 70 வயது வரையிலான இந்திய பிரஜைகள் அனைவருக்குமான மத்திய அரசின் ஓய்வூதிய திட்டத்தில் முதலீடு செய்பவர்கள், 80C தவிர கூடுதலாக 50,000 ரூபாயை இந்த 80CCD பிரிவில் காட்டி வரிவிலக்கு பெறலாம்.

- Section 80 D - Deduction for the premium paid for Medical Insurance

நமக்கும் நம் குடும்பத்தாருக்குமான (மனைவி, குழந்தைகள்) மருத்துவக் காப்பீட்டு ப்ரீமியம் வருடத்திற்கு 25,000 ரூபாய், 60 வயதுக்கு மேற்பட்ட பெற்றோருக்கு வருடத்திற்கு 50,000 ரூபாய் வரை வரிவிலக்குப் பெறலாம்.

- Section 80 DD - Deduction for Rehabilitation of Handicapped Dependent

வரி செலுத்துபவரைச் சார்ந்திருக்கும் ஊனமுற்றவர்களது (பெற்றோர், மனைவி, குழந்தைகள், உடன்பிறந்தவர்கள்) மருத்துவச் சிகிச்சைக்கான செலவுகளை இந்தப் பிரிவில் காட்டி வரிவிலக்குப் பெறலாம். ஊனத்தின் தீவிரம் பொறுத்து விலக்குத் தொகை நிர்ணயிக்கப்படுகிறது. 40% கீழ் என்றால் விலக்குக் கிடைக்காது. 40% - 80% வரை வருடத்திற்கு ரூ. 75,000 விலக்கும், 80%க்கு அதிகம் என்றால் ரூ.1,25,000 வரை விலக்குப் பெறலாம்.

- **Section 80 DDB** – Deduction for Medical Expenditure on Specified Diseases and Ailments for Self or Dependent Relative

வரி செலுத்துபவர் தனது மற்றும் தன்னைச் சார்ந்திருப்பவருக்குக் குறிப்பிட்ட நோய்களுக்கான மருத்துவ சிகிச்சைக்கு ஆகும் செலவுகளில் ரூ. 40,000 வரை இந்தப் பிரிவின் மூலம் வரிவிலக்கு வாங்கிக் கொள்ளலாம். 60 வயதிற்கு மேலான பெற்றோருக்கு ரூ. 1,00,000 வரை காட்டலாம்.

- **Section 80 E** - Deduction for Interest on Education Loan for Higher Studies

உயர் கல்விக்கடனுக்கான வட்டித் தொகை முழுவதையும் இந்தப் பிரிவில் காட்டி, அதிகபட்சமாக 8 ஆண்டுகளுக்கு வரி விலக்கு பெறலாம்.

- **Section 80 EEB**

EV எனப்படும் எலெக்ட்ரிக் வாகனங்கள் பயன்பாட்டை ஊக்குவிக்கும் வகையில் வாகனம் வாங்கிய கடனிற்கான வட்டித் தொகையில் வருடத்திற்கு ரூ. 1,50,000 வரை விலக்கு அளிக்கப்படுகிறது.

- **Section 80 G** - Deduction for donations towards Social Causes

தன்னார்வத் தொண்டு நிறுவனங்கள், அரசு நிவாரண நிதி போன்றவற்றிற்கு நாம் அளிக்கும் நன்கொடைகளுக்கு 50% - 100% வரிவிலக்கு வாங்கிக் கொள்ளலாம். எந்த நிதிக்கு 50%, எதற்கெல்லாம் முழுதாக 100% என்ற அட்டவணையை வரித்துறை வருடாவருடம் வெளியிட்டு வருகிறது.

- **Section 80 GG** - Deduction for House Rent Paid

HRA - House Rent Allowance - சம்பளக்காரர்களுக்கு நிறுவனமே இந்தப் பிரிவின் கீழ் வரிவிலக்கு வழங்குகிறது. அப்படி வழங்கப்படவில்லை என்றாலும் தனிநபர் மாதம் ரூ. 5000 வரை விலக்கு வாங்கிக் கொள்ளலாம்.

- **Section 80 GGB & 80 GGC** - Deduction on contributions to Political Parties

அரசியல் கட்சிகளுக்கு நிறுவனங்கள் அளிக்கும் நன்கொடை முழுவதையும் 80GGB கீழ் காட்டி வரிவிலக்குப் பெறலாம். தனிநபர்கள் அளிக்கும் நன்கொடை என்பது வருமானத்தில் 10% (of Gross Total Income) அளவே இருக்க வேண்டும். அந்தத் தொகைக்கு 80GGC பிரிவின் கீழ் வரிவிலக்குப் பெற்றுக் கொள்ளலாம்.

- Section 80 RRB - Deduction for Income From Patent Royalty

காப்புரிமை வருமானத்தில் அதிகபட்சமாக ரூ. 3,00,000 வரி விலக்கு அளிக்கப்படுகிறது

- Section 80 TTA & 80 TTB - Deduction from Gross Total Income for Interest on Savings Bank Account

வங்கி, அஞ்சலக சேமிப்புக் கணக்குகளில் (Savings Account Only) இருக்கும் பணத்திற்கு வரும் வட்டிக்கு ரூ. 10,000 வரை வரிவிலக்கு அளிக்கப்படுகிறது. 60 வயதிற்கு மேலானவர்களுக்கு ரூ. 50,000 வரை வரிவிலக்கு உண்டு. வங்கி FD, RD, அஞ்சலக Time Deposit-கள், கார்ப்பரேட் பத்திரங்கள் மூலம் வரும் வருமானம் இதில் சேராது.

- Section 80 U - Deduction for Person (Self) Suffering from Physical Disability

நிரந்தர ஊனம் (உ: கண்பார்வை இழந்தவர்கள்...) உள்ளவர்கள் அவர்களது வருமானத்தில் இந்தப் பிரிவின் கீழ் ரூ. 75,000 வரை வரி விலக்குப் பெறலாம். தீவிர ஊனம் என்றால் ரூ.1,25,000 வரை விலக்கு உண்டு.

௯0. வீட்டுக்கடனுக்கு கிடைக்கும் வரிச்சலுகைகள்

பிரத்யேகமாக வீட்டுக்கடனுக்கு என்று அரசு தற்போது வழங்கி வரும் வரிச்சலுகைகள் *(Tax Deductions)* பின்வருமாறு...

- *Section 80C*

பிரதான முதலீடுகளான *PPF, EPF, SSY, Term Insurance, LIC Premium, ULIP* என்று சகலத்திற்கு *80C* பிரிவின் கீழ் தான் விலக்கு அளிக்கப்படுகிறது. ஆனால் இதன் உச்சவரம்பு என்பது வருடத்திற்கு வெறும் *1,50,000* ரூபாய் மட்டும்தான். வீட்டுக்கடனிற்காக நாம் கட்டும் தவணை, அசல் + வட்டி என்று இரு பிரிவாக எடுத்துக்கொள்ளப்படும். அதில் அசலுக்குச் செல்லும் தொகையை *80C* -ல் விலக்காகக் காட்டிக் கொள்ளலாம். மேலும் வீட்டைப் பதிவுசெய்ய ஆகும் கட்டணத்தையும் *(Stamp Duty, Registration Fees)* இந்த *80C*-ல் காட்டிக்கொள்ளலாம் (வருடத்திற்கு ஒருமுறை மட்டும்)

ஒரே நிபந்தனை - கடன் வாங்கி கட்டியிருக்கும் / வாங்கியிருக்கும் வீட்டை, *5* வருடங்கள் ஆவது விற்காமல் வைத்திருந்தால் மட்டுமே விலக்குகள் செல்லுபடியாகும். அப்படி விற்றுவிடால் அசலுக்கு *80C*-ல் அதுவரை தள்ளுபடி செய்யப்பட்டு வந்த தொகை அத்தனையும் வருமானமாக வீட்டை விற்ற நிதியாண்டின் வருமானத்தில் கணக்கு வைக்கப்படும்.

- *SECTION 24(b)*

வாங்கிய கடனுக்குக் கட்டும் வட்டிக்கு இந்தப் பிரிவில் வருடத்திற்கு ரூ. *2,00,000* வரை விலக்கு வாங்கிக் கொள்ளலாம்.

கட்டிக்கொண்டிருக்கும் வீடு என்றால் கடன் வாங்கிய *5* நிதியாண்டுகளுக்குள் கட்டுமானம் முடிந்திருக்க வேண்டும். அப்படி முடியவில்லை என்றால் வெறும் *30,000* ரூபாய்க்கு மட்டுமே விலக்கு அளிக்கப்படும்.

ஒருவர் தான் தங்குவதற்காகக் கட்டும் வீட்டிற்காக வாங்கும் கடனுக்கு மட்டுமே மேல்சொன்ன *2* லட்ச ரூபாய் வரம்பு. இதுவே வாடகைக்கு விட்டு சம்பாதிக்கக் கட்டும் வீட்டிற்கான கடன் என்றால், வாடகை வரத்தொடங்கியதும் அதை வருமானமாகக் காட்டிவிட்டு, கடனுக்கான வட்டியில் எந்தவிதமான உச்சவரம்பும் இல்லாமல் விலக்குப் பெற்றுக்கொள்ளலாம். ஒரு வீடு வைத்திருப்பவரைவிடப் பல வீடு வைத்திருப்பவருக்குச் சாதகமான வரிவிலக்குச் சட்டம் இது.

- *SECTION 80EE*

புதுக்கடன்களுக்குப் பொருந்தாது. 2016-17 நிதியாண்டில் கடன் வாங்கியவர்கள் கூடுதலாக 50,000 ரூபாயை விலக்காகக் காட்டிக் கொள்ளலாம். நிபந்தனையாகக் கடன் 35 லட்சத்திற்கு மிகாமலும், வீட்டின் மதிப்பு 50 லட்சத்திற்குக் குறைவாகவும் இருக்க வேண்டும்.

- *SECTION 80EEA*

80EE எடுக்காதவர்கள், வீட்டுக் கடனுக்கான வட்டியில் வருடத்திற்கு 1,50,000 ரூபாயை இந்தப் பிரிவில் காட்டிக் கொள்ளலாம். சொத்தின் பத்திர மதிப்பு (Stamp Value) 45 லட்சத்திற்குக் குறைவாக இருக்க வேண்டும்.

ஒருவர் சம்பாதித்துக் கடன் வாங்கி வீடு கட்டுவதாக இருந்தால் அதிகபட்சம் ரூ. 1,50,000 + ரூ. 2,00,000 வரிவிலக்கு வாங்கலாம். இதுவே கடனைக் கணவன் மனைவி இருவரது பெயரிலும் வாங்கினால் சலுகை அப்படியே இரட்டிப்பு ஆகும். ஒரு முக்கியமான நிபந்தனை, சொத்து (வீடு) கணவன் மனைவி இருவரது பெயரிலும் பதிவாகி இருக்க வேண்டும். தனிமனித நிதி மேலாண்மையில் இந்தியப் பொருளாதாரம், சர்வதேச பொருளாதாரம், பங்குச்சந்தை, பண உளவியல், மார்க்கெடிங் உளவியல், டிஜிட்டல் மார்க்கெடிங் என்று எதை வேண்டுமாலும் ஆர்வமிருந்தால் சுலபமாகக் கற்றுக் கொள்ளலாம். அதற்கு நானே சாட்சி. ஆனால் இந்த இந்திய வரிசட்டங்கள் - The Great Indian Income Taxes பற்றி கற்றுக் கொள்வது மட்டும் குதிரைக்கொம்பாக இருக்கிறது.

2023 ஆம் ஆண்டிற்கான பட்ஜெட்டில் வருமானவரியில் சில மாற்றங்களைக் கொண்டு வந்தது மத்திய அரசு. அதன்படி 2023-24 நிதியாண்டிலிருந்து அதிகபட்சமாக ரூ.7,00,000 வரைக்குமான வருமானத்திற்கு வரி கட்டத்தேவையில்லை என்று அறிவிக்கப்பட்டுள்ளது. அத்தோடு விட்டிருந்தால் இது உண்மையில் நல்ல மாற்றமாக இருந்திருக்கும். ஆனால், மேல் சொன்ன வரிவிலக்குகள் எதுவுமே இந்த புதிய வருமானவரி முறையில் (New Tax Regime) கிடையாது என்றும் சொல்லிவிட்டார்கள். வருமான வரியை மிச்சப்படுத்துவதற்காகவாவது பணம் சேமித்துக் கொண்டிருந்த நம்மவர்கள் (முக்கியமாக 80C) இனி அதைக் கைவிடுவதற்கான வாய்ப்புகள் அதிகம். தேவைப்பட்டால் பழைய முறையையே (Old Tax Regime) தொடரலாம் என்று சொல்லப்பட்டாலும், New Tax Regime தான் இனி நம் தலையெழுத்து. மக்களைச் சேமிக்கச் சொல்வதே நல்லரசு, செலழிக்கச் சொல்வதல்ல.

நாமாக இதையெல்லாம் கற்றுக்கொண்டு பணத்தை மிச்சப்படுத்துவது கொஞ்சம் சிரமமான காரியமாக இருக்கும். ஆதலால் இந்த விஷயத்தில் மட்டும் சரியான ஆட்களது உதவியைத் தேடிச் செல்வது உத்தமம்.

91. இந்து கூட்டுக் குடும்ப வரியமைப்பு முறை (HUF)

HUF - Hindu Undivided Family - அதிகம் வெளியே தெரியாத/ இப்போதுள்ள சூழலில் அதிகமாகப் பயன்படுத்தப்படாத அருமையான வரிசேமிப்பு வசதி இது.

ஒரு தனிநபர் தனது நேரடி வருமானத்திற்கு அரசு சொல்லும் கணக்கு படி (Income Tax Slab) வருமான வரி கட்டியே தீர வேண்டும். அதுவே ஒரு குடும்பத்திற்கான வருமானம் என்று வரும்போது அதன் மீதான வரியை ஒருவர் மட்டும் ஏற்றுக்கொள்ள வேண்டிய அவசியம் இல்லை. கூட்டுக் குடும்பமாக முறைப்படி பதிவு செய்து, உறுப்பினர்கள், தொழில், வருமானம் உள்ளிட்ட விபரங்களையும் அதில் சேர்த்து HUF கணக்கில் அந்த வருமானத்தைக் காட்டித் தனியாக வரிவிலக்கு உள்ளிட்ட சலுகைகளை வாங்கிக் கொள்ளலாம். தன் வருமானத்திற்கு விலக்குகள் நீங்களாக வருமான வரி தாக்கல் செய்து கொண்டிருக்கும் ஒருவரே, HUF-ல் உறுப்பினராக இருந்து கூடுதல் விலக்கு பெறலாம்.

உதாரணத்திற்கு அப்பா, சித்தப்பா, பெரியப்பா, அண்ணன், தம்பிகள் சேர்ந்த ஒரு கூட்டுக் குடும்பத்திற்குப் பாரம்பரிய சொத்துகளின் மூலம் வாடகை வருமானம் வருகிறது அல்லது கூட்டாகச் சேர்ந்து தொழில் செய்கிறார்கள் என்றால் அந்த வருமானத்தை HUF கணக்கில் காட்டி, தனிநபருக்கு இருக்கும் 5 லட்சம் வரை வரியில்லா வருமானம், 80C பிரிவின் கீழ் ரூ.1,50,000 வரை வரிவிலக்கு உள்ளிட்ட அனைத்து விலக்குகளையும் பெற்றுக் கொள்ளலாம். HUF கணக்கு மூலம் முதலீடுகள் மேற்கொண்டு அதில் வருமானம் வந்தாலும் தனிநபருக்கு இருக்கும் அதே வரிக்கணக்கின் படி வரிவிலக்கு வாங்கிக் கொள்ளலாம். HUF கணக்கிற்கு என்று தனியாக பான் அட்டை (PAN Card), வங்கிக்கணக்கு (Bank Account) இருக்கும். குடும்பத்தின் மூத்த ஆண் உறுப்பினர் தலைவராக இருப்பார். இவருக்கு 'கர்தா (Karta)' என்று பெயர். பெண்களும் கர்தாவாக இருக்கலாம் என்று உச்சநீதிமன்றம் தீர்ப்பளித்திருந்தாலும் இன்னும் நடைமுறைப் படுத்தப்படவில்லை என்று தெரிகிறது. மற்ற மாநிலங்களில் இல்லாத ஒரு சிறப்பம்சம் தமிழகத்திற்கு உண்டு. தந்தையின் சொத்தில் பெண் வாரிசுகளுக்குச் சரிக்கு சமமான பங்கு உண்டு. அது HUF-ற்கும் பொருந்தும். கர்தாவிற்கு, HUF சார்பாக வேலை செய்யும் குடும்ப உறுப்பினர்களுக்கு அல்லது வெளியாட்களை வேலைக்கு வைத்து அவர்களுக்குச் சம்பளம் வழங்கப்பட்டால் அதை வருமானத்தில் இருந்து கழித்துக் கொள்ளலாம்.

கூட்டுக் குடும்பம் என்று சொல்லப்பட்டாலும் கணவன் மனைவி இருவர் மட்டுமே சேர்ந்து கூட HUF கணக்கு தொடங்கலாம். தனியாக இருவரும் சம்பாதிப்பவர்களாக இருந்து, கூட்டாக வேறு சில வேலைகள் செய்வதன் மூலம் (Secondary Income/ Passive Income) கூடுதல் வருமானம் வருகிறதென்றால் அதை HUF கணக்கில் காட்டி கூடுதல் வரிவிலக்குப் பெறலாம். தங்களது பிள்ளைகளையும் இந்தக் கணக்கில் சேர்த்துக் கொள்ளலாம்.

ஒரே சிக்கல் - HUF கணக்கில் சேர்க்கப்பட்டிருக்கும் அத்தனை உறுப்பினர்களுக்கும் வயது வித்தியாசம் இல்லாமல் சொத்தில் சமபங்கு இருக்கும். குடும்பச் சொத்து என்பதால் குடும்ப வாரிசுகள் அனைவரும் HUF உறுப்பினர்களே ! வருமானம் தந்து கொண்டிருக்கும் ஒரு குடும்ப சொத்தைத் தனிப்பட்ட முறையில் யாராலும் சொந்தம் கொண்டாடவோ, விற்கவோ, அடமானம் வைக்கவோ முடியாது. ஒருவேளை விற்க வேண்டிய சூழல் ஏற்பட்டால், அதற்கு அனைத்து உறுப்பினர்களும் சம்மதிக்க வேண்டும். பாகப்பிரிவினை அல்லது வேறு காராணங்களுக்காக HUF கணக்கில் இருக்கும் நபர் வெளியே பிரிந்து சென்றாலும், அவர் தன் குடும்ப உறுப்பினர்கள் (மனைவி, குழந்தைகள்) உடன் சேர்ந்து புதிய HUF கணக்குத் தொடங்கிக் கொள்ளலாம். பழைய HUF கணக்குகள் இப்போது அவரது புதிய HUF கணக்கில் சேர்ந்து கொள்ளும். HUF-இல் இருக்கும் பெரும் குறைபாடு அதன் பெயரிலேயே இருக்கிறது. இந்து குடும்பங்கள், பௌத்த, சீக்கிய, ஜெயின் குடும்பங்கள் மட்டுமே HUF உருவாக்கிக் கொள்ளலாம். மற்ற மதத்தினருக்கு இந்தியா இந்த வசதியைக் கொடுக்கவில்லை.

92. செலவில்லா மாதம் – ஒரு சவால்

NO SPEND MONTH CHALLENGE – வருடத்தின் ஏதாவது ஒரு மாதம் செய்ய வேண்டிய சவால் இது. இது என்ன என்று விளக்குவதற்கு முன் இதனால் என்னென்ன பயன்கள் இருக்கும் என்று பார்த்துவிடுவோம்

- தொடர்கடன் என்ற சுழலில் இருந்து தப்பித்து வெளியே வரலாம்
- வெட்டிச் செலவுகளைக் கண்டுபிடித்து நிறுத்தலாம்
- முயன்றால் பணத்தை மிச்சப்படுத்த முடியும் என்பதை உணரலாம்
- இருப்பதை வைத்து நிறைவாக வாழக் கற்றுக்கொள்ளலாம்

அத்தியாவசியத் தேவைகள் (NEEDS) தவிர்த்து வேறு எந்தச் செலவையுமே No Spend சவாலை ஏற்றுக்கொண்ட மாதம் செய்யக்கூடாது. வீட்டு வாடகை, கரெண்ட் பில், கடனுக்கான EMI, பள்ளி/ கல்லூரி கட்டணம், மளிகை, இன்டர்நெட், அலுவலகம் செல்ல பெட்ரோல் போன்ற அத்தியாவசியத் தேவைகளை நிறுத்த வேண்டியதில்லை. எக்காரணம் கொண்டும் முதலீடுகளை (INVESTMENTS) நிறுத்தக்கூடாது. சுற்றுலா, சினிமா, ஹோட்டல் சாப்பாடு, புது டிரஸ், அழகு சாதனங்கள், எலெக்ட்ரானிக்ஸ் போன்ற செலவு வைக்கும் கேளிக்கை சமச்சாரங்களை மட்டும் (WANTS) ஒரே ஒரு மாதம் தியாகம் செய்ய வேண்டும்.

அசாத்திய ஒழுக்கம் இல்லாமல் இது சாத்தியப்படாது. முதல் ஒன்றிரண்டு நாட்கள் ஜாலியாக இருக்கும். மூன்றாம் நாளிலிருந்து மனம் சஞ்சலப்படத் தொடங்கும். அதை மீறிய வைராக்கியமே வெற்றிக்கு வழிவகுக்கும். சாமிக்கு விரதம் இருப்பது போல, இது பர்ஸிற்கு இருக்கும் விரதம். ஒரு பழக்கம் கைகூட 21 நாட்கள் ஆகும். 30 நாட்கள் வீண் செலவுகளைத் தவிர்த்தால் அதுவே பழக்கமாகிவிடும். செலவுகள் நம் வசப்படும்.

குடும்பத்தாரையும் இதில் சேர்த்துக் கொள்வது அவசியம். உங்களைச் செலவு செய்யத் தூண்டும் ஷாப்பிங் App-களை போனில் இருந்து எடுத்துவிடுங்கள். ஷாப்பிங் தொடர்புகளை மெசேஜில் பிளாக் செய்துவிடுங்கள், ஈமெயிலில் unsubscribe செய்துவிடுங்கள். கிரெடிட் கார்டுகளை ஒளித்து வையுங்கள். முந்தைய மாதமே எதையும் வாங்கி வைக்கக் கூடாது. இருப்பதை வைத்து ஒரு மாதம் முழுக்க ஓட்ட வேண்டும். என்ன, சவாலுக்குத் தயாரா?

93. மின் கட்டணம் – குறைக்க சில வழிகள்

ஒவ்வொருமுறையும் நம்மை அதிர்ச்சிக்குள்ளாக்கும் ஒரே விஷயம் கரெண்ட் பில்! ஆள் இல்லாத ரூமில் ஃபேன், லைட்டை ஆஃப் செய்வது (இதையே நாம் சரியாய்ச் செய்வதில்லை) மட்டுமல்ல, இன்னும் சில மெனக்கெடல்கள் கரெண்ட் பில் தரும் ஷாக்கைக் குறைக்க உதவும்.

- சார்ஜரில் இருந்து போனை உருவிவிட்டு சுவட்சை ஆஃப் செய்யாமல் விடுவது, டி.வி, ஏ.சி, பேன், ஹோம் தியேட்டர் போன்றவற்றை ரிமோட் கொண்டு ஆஃப் செய்து விட்டு சுவிட்ச்களை அணைக்காமல் விடுவது, வாட்டர் ஹீட்டரில் தண்ணீர் சூடான பிறகு தெர்மோஸ்டாட் ஆட்டோ ஆஃப் ஆகிவிடும் என்ற நினைப்பில் சுவிட்சை அணைக்காமல் விடுவது - இவையனைத்துமே மிகச்சிறிய அளவு மின்சாரத்தைத் தின்றுகொண்டே இருக்கும். இதற்கு Ghost (Phantom) Power என்று பெயர்.

- குறைந்த அளவு மின்சாரத்தைப் பயன்படுத்தி முழு வீச்சில் இயங்கக்கூடிய 5 ஸ்டார் Energy Star Rating மதிப்பீடு கொண்ட மின் சாதனங்களைப் பயன்படுத்துவதன் மூலம் கரண்ட் பில்லை பெருமளவில் மிச்சப்படுத்தலாம்.

- ஒரு நாளின் குறிப்பிட்ட சில மணிநேரங்களை Peak Hours என்று சொல்வார்கள். உதாரணமாக நல்ல தண்ணீர் வரும் நேரம் தெருவில் உள்ள அத்தனை வீடுகளிலும் மோட்டரைப் போடுவார்கள். மின்பயன்பாடு உச்சத்தில் இருக்கும். ஹீட்டர், ஏ.சி, வாஷிங் மெஷின் போன்றவை இந்த நேரத்தில் தேவைக்கு அதிகமான மின்சாரத்தைப் பயன்படுத்தும்.

- லைட்களில் LED போல சீலிங் பேன்களில் BDLC மோட்டார் பேன்கள் மிக்ககுறைந்த அளவு மின்சாரத்தைப் பயன்படுத்தி இயங்கக்கூடியவை.

- உங்களுக்குத் தெரியுமா? எலெக்ட்ரிக் அடுப்பு (Oven) அருகில் குளிர்சாதனபெட்டியை (Refrigerator) வைத்தால் இரண்டுமே தேவையான அளவைவிட அதிகளவு மின்சாரத்தை உறிஞ்சுமாம்!

94. எரிபொருள் - சிக்கனத்திற்குச் சில வழிகள்

புதிதாய் எதையும் சொல்லப் போவதில்லை. தெரிந்த விஷயங்கள்தான். தெரிந்தும் அலட்சியத்தின் காரணமாக நாம் கடைபிடிக்கத் தவறும் விஷயங்கள்

- டயர்களில் காற்று எப்போதும் சரியான அளவில் இருக்க வேண்டும். 10 பாயிண்ட் குறைவு என்றாலும் 10% அதிக எரிபொருள் செலவாகும்.

- பயணத்திற்குத் தேவையில்லாத பொருட்களை காரில் இருந்து அகற்றிவிட வேண்டும். அதிக கனம் அதிக எரிபொருளைக் கேட்கும்.

- குறைந்த கியரில் வண்டியை முறுக்குவது மட்டுமல்ல மணிக்கு 100 கி.மீ வேகத்தில் போவது 15%, 110 கி.மீ 25% அதிகமாக எரிபொருளைப் பயன்படுத்தும். சரியான வேகம் என்பது மணிக்கு 50-90 கி.மீ..

- வெயில் எரிபொருளின் எதிரி. வெயிலில் வண்டியை நிறுத்துவது, சுற்றுவது, வெயிலின் தாக்கத்தைக் குறைக்க ஏ.சி-யைப் போட்டுக்கொள்வது - இவையனைத்தும் எரிபொருளை வீணாக்கும். வெயில் குறைவான நேரங்களில் பயணங்களைத் திட்டமிடலாம்.

- காற்றியக்கவியல் (Aerodynamics) காரணமாக 80 கி.மீ வேகத்திற்கு மேல் போனால் எதிர் காற்றுக்கு ஈடுகொடுக்க அதிக எரிபொருள் செலவாகும். அச்சமயங்களில் ஜன்னல்களை ஏற்றிவிட்டு ஏ.சி போட்டுக் கொள்வதே சிக்கனம். தேவையில்லாத போது கார் மேற்கூரையில் லக்கேஜ்/ சைக்கிள் கேரியர் இணைப்புகள் இருந்தால் அகற்றிவிட வேண்டும்.

- இப்போதுள்ள கார்களில் Cruise Control என்ற வசதி உள்ளது. நீண்ட தூரப் பயணங்களில்/ நெடுஞ்சாலைகளில் அதைப் பயன்படுத்தலாம்.

- சின்னச்சின்ன வேலைகள் ஒவ்வொன்றிற்கும் வண்டியைக் கிளப்பாமல் திட்டமிட்டு ஒரே பயணத்தில் வேலைகளை முடிக்க வேண்டும். அடிக்கடி வண்டியை அணைத்து குளிரவிட்டு மீண்டும் ஸ்டார்ட் செய்தால் தேவைக்கு அதிகமாகவே எரிபொருள் செலவாகும்.

95. சூப்பர் மார்க்கெட் ஷாப்பிங் – சில டிப்ஸ்

நாம் அதிகம் செலவு செய்யும் இடம் 'சூப்பர் மார்க்கெட்'. அங்கு செலவுகளைக் குறைக்க சில டிப்ஸ்!

- லிஸ்ட் ஒன்றைத் தயார் செய்த பிறகே கடைக்குள் நுழைய வேண்டும். லிஸ்ட் தாண்டி எதையும் வாங்கக்கூடாது
- ஒன்றிரண்டு பொருள்தான் வாங்க வேண்டும் என்றால் கடைக்கு 'பை' கொண்டு போகக்கூடாது. பையில்லாமல் பொருட்களுடன் வீடு வந்து சேர்வதில் இருக்கும் சிரமம் செலவைக் குறைக்கும்.
- ஷாப்பிங் மும்முரத்தில் சில தேவையில்லாத பொருட்களை நிச்சயம் எடுத்து வைத்திருப்போம். பில் கவுண்டருக்கு செல்லும் முன், நாம் எடுத்து வைத்திருக்கும் பொருட்களில் ஏதாவது ஒன்றிரண்டை திரும்ப வைத்துவிட்டு வரும் பழக்கத்தை ஏற்படுத்திக் கொள்ள வேண்டும்.
- காய்கறி, பழங்களை சூப்பர் மார்க்கெட்டில் வாங்காமல் சிறு கடைகளில் வாங்குவது சிக்கனம் அல்ல புத்திசாலித்தனம். மலிவு விலையில் கிடைக்கூடிய உப்பு, ஓட்ஸ், சேமியா, புளி போன்றவை பிராண்டட் ஆக பளப்பளப் பேக்கிங்கில் இருக்க வேண்டியதில்லை.
- ஆஃபரில் மொத்தமாகக் கிடைக்கும் பொருட்களில் தேவையான பொருள், தேவையில்லாத பொருள் தாண்டி, நீண்ட நாள் பயன்பாட்டிற்கு ஏற்றவையா என்பதையும் சரி பார்க்க வேண்டும்
- சில பொருட்களை மொத்தமாகவும், சிலவற்றை சில்லரையாகவும் வாங்கினால் லாபமாக இருக்கும். உதாரணத்திற்கு ஷாம்பு, டிடர்ஜெண்ட் தூள் போன்றவற்றை ஒரே பெரிய பாக்கெட் ஆக வாங்குவதற்கு பதில் சிறிய பாக்கெட்களாக வாங்கினால் அளவு அதிகமாக வரும், பயன்பாடு சிக்கனமாக இருக்கும், பணமும் மிச்சமாகும்.
- இறுதியாக, குழந்தைகளை சூப்பர் மார்க்கெட்களுக்கு அழைத்துச் செல்லவே கூடாது. கூடவே ஒரு உளவியல் உண்மை, பசியோடு இருக்கும் போது ஷாப்பிங் செல்லக்கூடாது!

96. ஆன்லைன் ஷாப்பிங் ஆப்கள்

எதற்குத்தான் இப்போது ஆப் (APP) இல்லை, சொல்லுங்கள்? புத்தகங்கள், ஆடைகள் வாங்கத் தொடங்கப்பட்ட இந்தக் கலாச்சாரம் இப்போது மளிகை சாமான், கறி, மீன், மருந்து மாத்திரை வரை காலூன்றிவிட்டது.

முன்பு 30 நாட்கள் வரை பொருள் பிடிக்கவில்லை என்றால் திருப்பிக் கொடுத்துவிட்டுப் பணத்தை வாங்கிக் கொள்ளலாம். நம்மாட்கள் படுத்திய பாட்டில் இப்போது அதைச் சுருக்கி விட்டார்கள். வாங்கிய பொருளில் ஏதாவது கோளாறு என்றால் அதிகபட்சம் 7 நாட்களுக்குள் மாற்றிக் கொள்ளலாம் (EXCHANGE) அல்லது திருப்பிக் கொடுத்து விட்டு (RETURN) பணத்தை வாங்கிக் கொள்ளலாம். சில பொருட்களுக்கு ஒன்லி எக்ஸ்சேஞ்ச் மட்டுமே. 7 நாட்களுக்குப் பிறகு ஏதாவது கோளாறு என்றால் தலைவலிதான். நஷ்டம்தான்.

Amazon, Paytm, Mobiwik, Phonepe, Freecharge போன்ற வாலட் (WALLET) ஆப்கள் மூலம் பரிவர்த்தனை செய்யும் போது டிஸ்கவுன்ட் வவுச்சர்கள், கேஷ் பேக் கிடைக்கும். பணப் பரிவர்த்தனை, செல்போன் ரீசார்ஜ், கரண்ட் பில், சமையல் சிலிண்டர் என்று சகலத்தையும் கட்டலாம். இப்போது சில ஆப்களில் மியூவல் ஃபண்டு முதலீடு, இன்சூரன்ஸ் வசதியெல்லாம் வந்துவிட்டது!

எல்லாம் சரிதான். ஆனால் எதையெல்லாம் ஆன்லைனில் ஆர்டர் செய்ய வேண்டும், எதை நேரில் சென்று ஆராய்ந்து பார்த்து வாங்க வேண்டும் என்று தெரிய வேண்டும். ஆன்லைனில் வாங்கும் பொருட்களுக்கும் கியாரண்டி வாரண்டியெல்லாம் உண்டுதான். ஆனால் நேரில் சென்று கடையில் நாம் பார்த்து வாங்கும் பொருட்கள் சரியில்லை என்றால் யாரிடம் சென்று சண்டையிடுவது என்றாவது நமக்குத் தெரிந்திருக்கும்.

புற்றீசல் போல பெருகி வரும் ஈ.காமர்ஸ் ஷாப்பிங் ஆப் / வெப்சைட்களில் ஒரிஜினல் எது என்று கண்டுபிடிக்கவே முடியாது. கட்டிய பணத்திற்கு முதலில் பொருள் வர வேண்டும், வந்த பொருள் நாம் கேட்ட பொருளாக, நாம் எதிர்பார்த்த தரத்தில், நீண்ட காலத்திற்கு உழைக்க வேண்டும். விலை குறைவு என்பதற்காக மட்டும் காணும் ஆப்கள் அனைத்திலும் ஆர்டர் போட்டால் நிச்சயம் ஒருநாள் பெரிதாய் ஏமாற நேரிடும்.

97. ஆன்லைன் ஷாப்பிங் – சில டிப்ஸ்

கவனித்திருப்பீர்கள்! ஒரே ஒரு முறை ஒரு பொருளை ஆன்லைனில் என்ன விலை என்று தேடிவிட்டால், அந்தப் பொருள் இணையத்தில் நாம் எங்குச் சென்றாலும் பின்தொடர்ந்து வந்து கொண்டே இருக்கும். அதிரடி விலைக் குறைப்புகள் நடக்கும். எப்படியும் அந்தப் பொருளை நம்மை வாங்க வைக்க அவர்கள் படும்பாடுதான் இது. அதுவே, ஆன்லைனில் டிக்கெட் புக்கிங் தளங்கள் / ஆப்களில் திரும்பத் திரும்ப ஒரு குறிப்பிட்ட தேதியில், குறிப்பிட்ட இடத்திற்கான டிக்கெட் விலையைத் தேடும்போது விலை ஒவ்வொருமுறையும் அதிகரித்துக் கொண்டே போகும். எப்படியும் நாம் டிக்கெட் புக் செய்தே தீருவோம் என்பதால் முடிந்தவரை அதிக பணத்தைப் பிடுங்கப் பார்ப்பார்கள்.

ஆன்லைன் ரம்மி, ட்ரீம் 11 போன்ற சூதாட்டங்களில், வெற்றியும் தோல்வியும் மாறி மாறி வருவது போலத் தெரியும், கடைசியில் மொத்தமாக உருவி விடுவார்கள். 'இனி இந்தப் பக்கமே போகக்கூடாது' என்று முடிவெடுத்து ஆப்-ஐ அன்-இன்ஸ்டால் செய்து விட்டாலும் விடமாட்டார்கள். 'உங்க வாலட் அக்கவுண்ட்ல 50ரூ ஏத்திருக்கோம்', '10% டிஸ்கவுண்ட் தர்றோம், விளையாட வாங்க' என்று மேசேஜில் அழைப்பார்கள். இவையனைத்துமே கம்ப்யூட்டர் அல்காரிதம். நம் கற்பனைக்கு அப்பாற்பட்ட விசயங்கள் இப்போது விற்பனைத்துறையில் நடந்து கொண்டிருக்கிறது. கன்ஸ்யூமர்களாகிய நாம் இவர்களுக்கு வெறும் டேட்டா மட்டுமே. ஏதாவது வாங்க வேண்டுமா? விலை குறைவும் வரை காத்திருப்போம். டிக்கெட் புக் செய்ய வேண்டுமா? முன்னதாகவே திட்டமிட்டு டிக்கெட்டை புக் செய்யலாம் அல்லது வெவ்வேறு தளங்களில் என்ன விலை என்று ஒப்பிட்டுப் பார்த்து வாங்க வேண்டுமா! Incognito Browser-ல் விலைகளைத் தேடுங்கள். ஆப (App) ஆக இருந்தால் லாக்-அவுட் செய்துவிட்டுத் தேடுங்கள். சரியான விலை கிடைக்கலாம். ஆன்லைன் சூதாட்டம் நாட்டுக்கு, வீட்டுக்கு, பர்ஸிற்கு, உயிருக்குக் கேடு. ஒதுங்கியே இருப்போம்.

98. சலுகைகளும், தள்ளுபடிகளும்

ஈ-காமர்ஸ் வெப்சைட்கள் என்று சொல்லப்படும் ஆன்லைன் சந்தைகள் பிரபலமாகத் தொடங்கியதில் இருந்து அதிரடி ஆஃபர்களுக்கும், விலைக்குறைப்புகளுக்கும் பஞ்சமே இல்லை.

ஆடி தள்ளுபடிகளுக்கு மட்டுமே பழக்கப்பட்டிருந்த நம்மை, GREAT INDIAN FESTIVAL, PRIME DAY, GREAT FREEDOM FESTIVAL என்று வருடம் முழுக்க டி.வி, நியூஸ்பேப்பர், ரேடியோ, சோசியல் மீடியா என்று எங்குத் திரும்பினாலும் அதிரடி விலைக்குறைப்பு அறிவிப்புகளால் நம்மைப் பெரும் செலவாளிகளாக்கிக் கொண்டிருக்கின்றன ஆன்லைன் ஷாப்பிங் வெப்சைட்கள்.

ஆஃபருக்காகக் காத்திருந்து ஷாப்பிங் செய்வது வேறு, ஆஃபரில் கிடைக்கிறது. அடுத்தவரிடம் இருக்கிறது, தொடர்ந்து விளம்பரப்படுத்தப்படுகிறது என்பதற்காக நமக்குத் தேவையே இல்லாத பொருட்களை வாங்கிக் குவிப்பது என்பது வேறு. இதற்கு Impulsive Buying என்று பெயர். இப்படி யோசிக்காமல் வாங்கிப் பயன்படுத்தப்படாமல் கிடக்கும் பொருட்களைப் பார்க்கும்போதெல்லாம் மனம் வருத்தப்படும். இதற்கு Regret Shopping என்று பெயர். தேவையா?

ஆன்லைனில் மட்டுமல்ல Westside, Reliance Trends, Smart Bazaar, Easy Buy போன்ற அவுட்லெட்களில் கவனித்திருப்பீர்கள். ரூ.1000 பொருள் வாங்கினால் ரூ.100 கிப்ட் கூப்பன், 5000 ரூபாய்க்கு மேல் வாங்கினால் ஒரு ஷாப்பர் பேக், அதுவே கூடுதலாக ஒரு ரூ.250 கொடுத்தால் மிக்ஸி, Buy 5 Get 2 Free என்று ஆஃபர் கொடுப்பார்கள். யோசித்துப் பார்த்தால் இவையனைத்துமே நம்மை நம் தேவைக்கு அதிகமாகச் செலவு செய்ய வைக்கத்தான் என்பது புரியும். 10% கழிவில் கிடைக்கிறது என்பதற்காக மட்டும் ஒரு பொருளை வாங்கினால் நாம் 10% மிச்சப்படுத்தியதாக அர்த்தமில்லை, 90% தண்டமாகச் செலவழித்திருக்கிறோம் என்று அர்த்தம். வாங்க வந்தது ஒரு சட்டை, ஒரு பேண்ட் என்றால் அத்தோடு நிறுத்திக் கொள்வது நல்லது.

வாங்க வேண்டிய பொருட்களைக் காத்திருந்து Sale வரும்பொழுது வாங்குவது ஒருவகையான புத்திசாலித்தனம் என்றால், Sale வரும் பொழுது நமக்குத் தண்டச் செலவு வைக்கக் காத்திருக்கும் App-களை போனில் இருந்து தற்காலிகமாக டெலீட் செய்து விட்டுவது வேறு உருப்படியான வேலை இருந்தால் பார்ப்பது ஆகப்பெரிய புத்திசாலித்தனம்!

99. ப்ரீபெய்டுக்கு மாறுங்கள்

சத்தமில்லாமல் ஒரு மிகப்பெரிய காரியத்தைச் செய்துவிட்டது ரிலையன்ஸ் ஜியோ! 5 வருடங்களுக்கு முன்பு வரை BSNL, Aircel, Tata Docomo, Tata Indicom, Hutch, MTS, Airtel, Vodafone, Idea, Uninor என்று பல ஆப்ஷன்கள் இருந்தது. இப்போது வெறும் மூன்று தான் - Jio, Airtel, Vodafone. இதில் BSNL தன் கடைசிக் காலக்கட்டத்தில் இருப்பதால் சேர்க்கவில்லை.

ஒரு நம்பரை வாங்கிவிட்டால் அது கடைசிவரைக்கும் நமக்குத்தான் என்றிருந்தது. இப்போது அப்படியில்லை. ரீசார்ஜ் செய்யாவிட்டால் 30 நாளில் Outgoing, 45 Incoming நிறுத்தப்படும். வெகு விரைவிலேயே நம் நம்பர் வேறு புது கஸ்டமருக்குக் கொடுக்கப்படும். முன்புபோல டேட்டா இல்லாமல் வெறும் வாய்ஸ் காலிற்கு மட்டும் ரீசார்ஜ் செய்ய முடியாது. அவ்வப்போது அதிரடி விலையேற்றங்களும் நடக்கிறது. இவையனைத்தும் நடந்தது ஜியோவின் வருகைக்குப் பிறகுதான்.

இவ்வளவு சிக்கல்களுக்கு மத்தியிலும் Postpaid சிம் வைத்திருப்பவர்களைக் கண்டால் ஆச்சரியமாகத்தான் இருக்கிறது. 'அவசரத்திற்குச் செல்லில் பேலன்ஸ் இல்லாமல் போய்விடுகிறது' - என்பதே இவர்கள் சொல்லும் காரணம். கடைசி நாளுக்கு ஒரு வாரம் முன்பிருந்தே தொடர்ச்சியாக போன்கால், மெசேஜ் என்று விடாமல் துரத்தி நம்மை ரீசார்ஜ் செய்ய வைத்து விடுவார்கள். மிஸ் ஆக வாய்ப்பே இல்லை. Package Offer என்ற பெயரில் ஏதாவது ஒன்றிரண்டு மொக்கையான App-களது சந்தாவை இலவசமாகக் கொடுத்து GST யுடன் மாதம் ஒரு பெரும் தொகையைப் பில் ஆக தலையில் கட்டிவிடுவார்கள். வெளிமாநிலம், வெளிநாடு போய் தெரியாத்தனமாக ஒரே ஒரு போன்கால் அட்டெண்ட் செய்திருப்போம். அந்த மாத பில் ஹார்ட் அட்டாக்கை வரவழைத்துவிடும்.

வேலை நிமித்தமாகக் கம்பெனி பெயரில் சிம் எடுத்து அதை நம் பயன்பாட்டிற்குக் கொடுத்திருக்கிறார்கள் என்றால் Postpaid ஓகே. இல்லையா, தயவு செய்து Prepaid-க்கு மாறிவிடவும்.

தெரியுமா? போஸ்ட்பெய்டு பில்லை நாம் கட்டத் தவறினால் கம்பெனிக்காரன் நம்மீது கேஸ் கொடுக்கலாம். ப்ரீபெய்டு என்றால் அதிகபட்சம் நம்பர் பரிபோகும். அவ்வளவுதான்.

100. ஷாப்பிங்கிற்கு சில விதிமுறைகள்

ஒரு பொருளைப் பார்க்கிறோம், பிடிக்கிறது, எடுத்து ஷாப்பிங் கார்ட்-ல் போட்டுவிடுகிறோம். அப்படிச் செய்யாமல், ஒரு 10 நொடிகள் மட்டும் செலவழித்து அந்தப் பொருள் நமக்குக் கட்டாயம் வேண்டுமா, இது வீட்டில் ஏற்கனவே இருக்கிறதா, இதற்கு முன் இதை வாங்கியபோது நமக்குப் பயன்பட்டதா என்று யோசித்துவிட்டு வாங்குவதா, வேண்டாமா என்று முடிவு செய்வதற்கு 10 செகண்ட் ரூல் என்று பெயர். இது சிறிய பொருட்களுக்கு.

கொஞ்சம் அதிகம் விலையுள்ள பொருட்கள் என்றால் வாங்கும் முடிவை 30 நாட்கள் தள்ளிவைத்துவிட வேண்டும். அந்த 30 நாட்களில் அந்தப் பொருளின் தேவை உங்களுக்கு ஏற்படவில்லை என்றாலோ, அது இல்லாமலேயே நீங்கள் நினைத்தக் காரியத்தைச் செய்ய முடிந்தாலோ, அந்தப் பொருள் உங்களுக்குத் தேவையில்லாதது என்று அர்த்தம். இதற்கு 30 டேஸ் ரூல் என்று பெயர்.

காலை எழுந்தவுடன் இன்றைய தினம் என்னென்ன வேலைகளை முடிக்க வேண்டும் என்று ஒரு லிஸ்ட் ரெடி பண்ண, மாலையில் அன்றைய தினம் நாம் செய்த செலவுகளை எழுதி வைக்க, எடுத்த பொருளை எடுத்த இடத்தில் வைக்க/ பொருட்களை (சாவி, ஐடி கார்டு, டாக்குமெண்ட்கள், பில்கள், துணிமணி, புத்தகங்கள்...) அதற்கென இருக்கும் இடத்தில் வைக்க, (பணமிருக்கும் பட்சத்தில்) பில்/ EMI / வாடகை பணத்தைக் கட்டிவிட... வராக்கடனை, நமக்குக் கொடுக்கப்பட வேண்டிய சம்பளத்தை, ரீபண்ட் பணத்தைப் போனில்/ மெசேஜ் மூலம் ஃபாலோ-அப் செய்ய, ஒருவரைக் காணக் கிளம்பும் முன் சந்தேகமாக இருந்தால் போன்/ மெசேஜ் செய்து நம் வரவை/ அவரது இருப்பை உறுதி செய்துவிட்டுக் கிளம்ப...

நமக்காக ஏதொவொரு வேலையைச் செய்திருக்கும் (அல்லது சும்மாவேனும்) இணையை மனதாரப் பாராட்டி முத்தமிட...

மேற்சொன்ன அனைத்தையும் செய்ய 2 நிமிடங்கள் கூட ஆகாது. ஆனால் அதைச் செய்து விடுவதால் நமக்கேற்படும் நன்மைகள் நிச்சயம் அதிகம்.

ஆக, *If it can be done in less than 2 minutes - DO IT NOW.*

பணக்குட்டி உருவாக்கத்தில் உதவிய புத்தகங்கள், தளங்கள்

1. Rich Dad Poor Dad, Cashflow Quadrant - Robert T. Kiyosaki
2. Coffee Can Investing – Saurabh Mukerjea, Rakshit Ranjan, Pranab Uniyal
3. The Psychology of Money – Morgan Housel
4. The Richest Man in Babylon - George S. Clason
5. Think and Grow Rich – Napoleon Hill
6. Let's Talk Money – Monika Halan
7. Mint Your Money – Pranjal Kamra
8. Smart Money Move – Vinod Desai
9. Money Wise – Deepak Shenoy
10. அறம் பொருள் இன்பம் - திரு. வ. நாகப்பன்
11. பணம் செய்ய விரும்பு – திரு. நாகப்பன் – திரு. புகழேந்தி
12. பணம் காய்ச்சி மனம் - டாக்டர். ஆர். கார்த்திகேயன்

திரு. சோம. வள்ளியப்பன் அவர்கள் எழுதிய

13. அள்ள அள்ள பணம் - 8 புத்தகங்கள்
14. பணம், சில ரகசியங்கள்
15. பணமே ஓடி வா
16. சிறுதுளி பெரும்பணம்
17. வீட்டுக்கணக்கு
18. சிக்கனம் சேமிப்பு முதலீடு

திரு. சி. சரவணன் அவர்கள் எழுதிய

19. கடன் A-Z
20. மணி மேனேஜ்மெண்ட்
21. சேமிப்பு முதலீடு தகவல் களஞ்சியம்
22. முதலீட்டு மந்திரம் 108
23. மியூசுவல் ஃபண்ட் முதலீடு

திரு. செல்லமுத்து குப்புசாமி அவர்கள் எழுதிய

24. இழக்காதே! பணத்தை நிம்மதியை லாபத்தை

25. ஷேர் மார்க்கெட் ABC (கிண்டிலில் பதிப்பு)

26. பணம் பத்திரம்

27. பணக்கடவுள்

திரு. சொக்கலிங்கம் பழனியப்பன் அவர்கள் எழுதிய

28. பணம் பழகலாம்

29. ஷேர் மார்க்கெட் A-Z

Blogs

1. Freefincal.com
2. Cleartax.in

Youtube Channels

1. Akshat Shrivastava
2. CA Rachana Ranade
3. Psychology in Tamil
4. Warikoo
5. Labour Law Advisor
6. Subramoney
7. Money Pechu
8. P R Sundar
9. Your Mutual Funds
10. Prakala Wealth Pvt Ltd
11. Investment Insights
12. Muthaleetukalam
13. Sahil Bhadviya
14. ET Money

15. Tickertape
16. Groww
17. IndianMoney Tamil

Facebook and Instagram Pages

1. Fb.Money, Finance and Investment Literacy
2. Fb.Focus Investment
3. Fb.Panathottam
4. Insta.financewithsharan
5. Insta.iamnehanagar
6. Insta.Lordmoneyengar

சிறப்பு நன்றி - நாணயம் விகடன்.

நூல் ஆசிரியரின் பிற நூல்கள்

சினிமா

1) 100 நாடுகள் 100 சினிமா
2) Pfools சினிமா பரிந்துரைகள்
3) கொரிய சினிமா: An Introduction to Modern Korean Cinema

நாவல்

4) மெஜந்தா